நிச்சலனத்தின் நிகழ்வெளி

புதுவை இளவேனில்

டிஸ்கவரி பப்ளிகேஷன்ஸ்
எண்: 9, பிளாட் எண்: 1080A, ரோஹிணி பிளாட்ஸ்
முனுசாமி சாலை, கே.கே.நகர் மேற்கு,
சென்னை – 600 078. பேச: 99404 46650

வெளியீட்டு எண்: 0370

நிச்சலனத்தின் நிகழ்வெளி
ஆசிரியர்: *புதுவை இளவேனில்*
Nichalanathin Nigazhveli
Author : Puduvai Ilavenil
Print in India

1st Edition: Aug - 2024
ISBN: 978-81-19541-84-3
Pages 232

Book and wrapper design: THaRU, Coimbatore Mobile: 99409 37599

Publisher ● Sales Rights

Discovery Publications	**Discovery Book Palace (P) Ltd**
No. 9, Plot, 1080A, Rohini flats, Munusamy Salai, K.K.Nagar West, Chennai 78. Tamiilnadu, India. Mobile: +91 99404 46650	No. 1055B, Munusamy Salai, K.K.Nagar West, Chennai 600 678. Ph: (044) 48557525 Mobile: +91 87545 07070

discoverybookpalace@gmail.com / www.discoverybookpalace.com

இந்த நூலில் பிரசுரமாகியுள்ள எந்த ஒரு பகுதியையும் எழுத்துபூர்வமான முன் அனுமதி பெறாமல் எடுத்தாள்வதோ, மறுபிரசுரம் செய்வதோ, மொழியாக்கம் செய்வதோ, ஊடகங்களில் மறுபதிப்பு செய்வதோ, காப்புரிமைச் சட்டப்படி தடை செய்யப்பட்டுள்ளது. இந்த நூலிலிருந்து சில பகுதிகளை மேற்கோள்காட்டி நூல்அறிமுகம் செய்யலாம்.

உங்கள் மொபைல் போனிலிருந்து ஸ்கேன் செய்து 'டிஸ்கவரி புக் பேலஸ்' மொபைல் ஆப்பை டவுன்லோடு செய்து, புத்தகங்களை வாங்குங்கள்

₹ 600

சமர்ப்பணம்

ஞானத் தந்தை கி.ரா.வுக்கும்

என் மனைவி செண்பகவள்ளிக்கும்...

பதிப்புரை

படைப்புகள் சார்ந்து, பன்முகம் கொண்டவர் புதுவை இளவேனில். என்றாலும் அவரது முக்கியமான அடையாளம் புகைப்படக் கலைஞர் என்பதே. ஒரு தொழில் என்பதாக மட்டும் புரிந்துகொள்ளாமல், நாம் செய்துகொண்டிருப்பது காலத்தின் ஆவணம் என்ற புரிதலோடு அந்தத் தொழிலில் ஈடுபட்டிருப்பதுதான் அவரின் தனிச்சிறப்பு.

இந்த நூலில் இடம்பெற்றுள்ள ஆளுமைகளின் நிழற்படங்களையும், அவர்களைக் கண்டடைந்து காட்சிப்படுத்தி, அனைவரையும் ஒரு வட்டத்துக்குள் கொண்டுவந்து நிறுத்துகிறார். கவிஞர் - எழுத்தாளர் - ஓவியர் - இசைக் கலைஞர் - புகைப்படக் கலைஞர் என எல்லாரும் அந்த ஒரே வட்டத்தில் வந்துவிடுகிறார்கள். நம் தேடலில் எங்கு யாரைத் தொட்டாலும் மற்ற எல்லாரையும் சந்திக்க முடிகிறது. சிலநேரம் நாம் நமக்கான இடத்தில் வெறுமனே நின்றிருந்தாலும், அவர்களாகவே வந்தும் சேர்ந்துவிடுகிறார்கள். பிறகென்ன, எதைப் பார்த்தாலும் ஆச்சரியப்படும் குழந்தையின் கண்களுக்கு, ஒரு பிரமாண்டமான வானவில்லைக் காட்டினால் எப்படி குதூகளிக்குமோ, அப்படி நூல் முழுக்க வியாபித்திருக்கும் ஒவ்வொரு ஆளுமைகளைப் பார்த்து ஆச்சரியப்படுகிறார். இதனை, நூல் முழுக்க அவர் கையாண்டுள்ள மிக எளிமையான மொழி உறுதி செய்கிறது.

அந்த மொழியாலேயே இந்த நூலினை முழுதாக வாசித்து முடிக்கையில், உணவுப்பொருள்களை விளைவித்துத் தருவதோடு, தானும் ஓர் உணவாக இருப்பது மழை - எனும் பொருள்கொண்ட 'துப்பார்க்குத் துப்பாய' என்ற திருக்குறளாகவே புகைப்படக் கலைஞர் புதுவை இளவேனில் அவர்களை உணர்கிறேன். ஏனென்றால், இத்தனைப் படைப்பாளர்களை நமக்கு அறிமுகம் செய்து வைத்து, அற்புதமான நிழற்படங்களைக் கொடுத்து, அவரும் ஒரு படைப்பாளராக மிளிர்கிறார்.

மு.வேடியப்பன்

முன்னுரை

2004 வாக்கில் 'சாம்பல்' எனும் சிற்றிதழை ஆரம்பித்தேன். முதல் இதழில் புகழ்பெற்ற வங்கப் புகைப்படக் கலைஞர் நிமாய் கோஷ் எடுத்த சத்தியஜித்ரேயின் ஆல்பம் வெளிவந்தது. ஆல்பத்தோடு நிமாய் கோஷ் குறித்த ஒரு கட்டுரையும்கூட. இதைத் தொடர்ந்து 'காலச்சுவடு' மாதஇதழ் அலுவலகம் வாயிலாக எனது எழுத்தாசான்களில் ஒருவரான சுந்தரராமசாமியின் புகைப்படங்கள் வந்து சேர்ந்தன. அந்த ஆல்பம் பகுதியைப் பொறுத்தவரை, புகைப்படங்கள் யாருடையதாக இருந்தாலும் அவற்றை எடுத்தவர்களைப் பற்றிய குறிப்புகள்தான் இடம்பெறும் என்பதனால் புகைப்படக் கலைஞர் யார் என்று விசாரித்தபோது புதுவை இளவேனில் என்று தெரிந்தது. அதுவரை நான் அந்தப் பெயரை அறிந்ததில்லை. ஆனால் சுந்தரராமசாமியை மட்டுமல்லாமல், பல தமிழ் எழுத்தாளர்களையும் அவர் புகைப்படங்களாகப் பதிந்துவருகிறார் என்பதை அறிந்தபோது அதையே கட்டுரையாக்கி 'சாம்பல்' வெளியிட்டது. அதற்காக இளவேனிலோடு தொலைபேசி உரையாடல் ஒன்றும் நிகழ்ந்தது. இதுதான் தொடக்கம்.

*2007*இல் கர்னாடகப் பாடகியரில் மும்மூர்த்திகளில் ஒருவரான பத்மவிபூஷண் டி.கே.பட்டம்மாள் அவர்களைப் பற்றிய ஒரு காஃபிடேபிள் புத்தகம் தயாரிக்க எனக்கு வாய்ப்புக் கிடைத்தபோது அவரைப் புகைப்படம் எடுக்க என்னுடையை தேர்வாக இருந்தது புதுவை இளவேனில்தான். பட்டம்மாள் வெளியே வர இயலாத அளவுக்கு முதுமையின் கனிவில் இருந்தார் என்பதனால், பட்டமாள் சென்னையில் வாழ்ந்த இல்லத்துக்கே சென்று இளவேனில் அவரைப் புகைப்படம் எடுத்துக் கொடுத்தார். கூடவே காஞ்சிபுரம் அருகே அவர் பிறந்த தாமல் கிராமத்துக்கும் சென்று அவர் பிறந்த வீடு முதலான புத்தகத்துக்குத் தேவையான அனைத்து புகைப்படங்களையும் நேர்த்தியாக எடுத்துக்கொடுத்தார். ஒரு புத்தக வடிவமைப்பாளனாக இன்றைக்கும் என் பெயரைச் சொல்லக்கூடிய 'கான சரஸ்வதி - டைமன்ஷன்ஸ் ஆஃப் எ டிவைன் சாங்ஸ்டர்' என்கிற அந்த புத்தகத்தின் சிறப்புக்கு இளவேனில் எடுத்துக்கொடுத்த புகைப்படங்கள்தான் அஸ்திவாரம்.

ஓர் எழுத்தாளனாக வணிகப் பத்திரிகைகளில் நான் தொடங்கியிருந்த பயணத்தைத் தலைகீழாகப் புரட்டிப்போட்டது தமிழ்ச் சிற்றிதழ் இயக்கமே. சுந்தரராமசாமி உள்ளிட்ட பெரும் தமிழ் இலக்கிய ஆளுமைகளை சிற்றிதழ்கள் வாயிலாக அறிந்துகொள்ள முடிந்தபோது அவர்களைத் தேடிப் படிக்க ஆரம்பித்தேன். வணிக இதழ்களைவிடவும் சிற்றிதழ்களில் படைப்புகள் வெளிவருவதே ஒரு நவீன படைப்பாளனுக்கு கௌரவம் என்கிற சூழல் அப்போது இருந்தது. நானும் எனது எழுத்தை மடைமாற்றி நவீன எழுத்துக்குள் காலடி எடுத்துவைத்தேன். இதனால் நான் பெரிதும் மதித்த சிற்றிதழ்களில் எனது படைப்புகள் வெளிவர ஆரம்பித்தன. அதன் நீட்சியாகத்தான் முதலில் 1999இல் 'ஆரண்யம்' என்கிற சிற்றிதழையும் பிறகு 'சாம்பல்' என்கிற சிற்றிதழையும் நடத்த முடிந்தது. இருந்தாலும் மனத்தளவில் ஒருவிதமான ஏக்கம் மிதந்துகொண்டேயிருந்தது. சிற்றிதழ்கள் ஒரேவிதமான வடிவ ஒழுங்கைக் கொண்டுள்ளவையாக இருப்பதும் முழுவதும் வண்ணப்பக்கங்களோடு ஒரு சிற்றிதழைக் கொண்டுவருவது பெரும் வணிகப் பத்திரிகைகளுக்கு மட்டுமே சாத்தியமாக இருப்பதும் சரிதானா என்பதான கேள்விகள் என்னுள் முகிழ்க்க ஆரம்பித்திருந்தன.

அதற்கான பதிலைப் பெருந்தொற்றுக் காலம் வலிந்தளித்தது. அச்சு இயந்திரங்கள் இயங்காத நிலையில் பல இதழ்களும் முடங்கிப்போயின. அதேநேரத்தில் புத்தகங்களின் பிடிஎஃப் வடிவங்களைப் பலரும் இணையத்தில் தேடத் தொடங்கினார்கள். எல்லோருக்கும் வாசிக்க நிறைய நேரம் இருந்தது. ஆனால் பத்திரிகைகள் கிடைக்கவில்லை. இந்தச் சூழலில்தான் பிடிஎஃப் இதழாகவே ஒரு இதழைக் கொண்டுவரமுடியும் என்கிற எண்ணம் எனக்குள் எழுந்தது. அதன் விளைவுதான் 'ஆவநாழி' இதழின் நல்வரவு. முழுக்க வண்ணப் பக்கங்களுடனும் ஒரிஜினல் ஓவியங்களுடனும் காத்திரமான படைப்புகளுடனும் ஓர் இதழ்... ஒரு வண்ணமயமான இதழுக்கு ஓவியங்கள் எவ்வளவு முக்கியமோ அதே அளவு புகைப்படங்களின் பங்களிப்பும் அவசியம் என்பதனால் 'சாம்பல்' இதழில் விட்டகுறை தொட்டகுறையாக விட்டுப்போன ஆல்பம் பகுதி மீண்டும் உயிர்த்தெழுந்தது. இந்தமுறை அது முற்றிலும் புதுவை இளவேனிலின் ராஜாங்கம்தான். தன் வாழ்வின் போக்கில் நூற்றுக்கும் மேலான படைப்பாளிகளையும் கலை ஆளுமைகளையும் புகைப்படம் எடுத்த அவரது அனுபவம் சார்ந்த கட்டுரைகளும் குறிப்பிட்ட ஆளுமையின் புகைப்படங்களுமாக 'ஆவநாழி'யில் முதல் இதழ் தொடங்கி மூன்று வருடங்கள் ஆல்பம் பகுதி வெளிவந்தது. அதன் நீட்சியாக தற்போது இளவேனிலின் புகைப்பட அனுபவங்கள் சார்ந்த புதிய தொடர் கடந்த ஒரு வருடமாக ஆல்பம் பகுதியாக வெளிவந்துகொண்டிருக்கிறது.

முதல் மூன்று வருடங்கள் வெளிவந்த புகைப்படங்களில் தேர்ந்தெடுக்கப்பட்ட புகைப்படங்களும் கட்டுரைகளும் ஒரு நூலாக வரவேண்டும் என்கிற முனைப்பு, இதெல்லாம் தொடங்குமுன்பாகவே இளவேனிலின் கனவாக இருந்து வந்திருந்தை நான் பெரிதும் அறிந்தே வைத்திருந்தேன். அக்கனவு நினைவேறும் தருணத்தில் அந்த நூலையும் வடிவமைக்கும் வாய்ப்பு எனக்கே கிடைத்திருப்பது இரட்டை மகிழ்ச்சி.

ஆவநாழியில் ஆல்பம் பகுதியில் வெளிவருவது ஓர் எழுத்தாளருக்கு கௌரவம் என்கிற அளவுக்கு அந்தப் பகுதி பெரும் வரவேற்பைப் பெற்றிருந்தது. அதிலிருந்து தேர்ந்தெடுக்கப்பட்ட புகைப்படங்கள் முதல் தொகுதியில் இடம்பெறுவது, ஒருங்கே

அவ்வந்த எழுத்தாளுமைகளுக்கும் அவர்களின் சலனங்களை உறைவித்த புகைப்படக் கலைஞருக்கும் ஒருசேர பெருமையளிக்கும் நிகழ்வு என்பதாகவே நான் கருதுகிறேன்.

டி.கே.பட்டம்மாளைப் புகைப்படம் எடுக்கும்போது வேலைப்பளு காரணமாக என்னால் அதில் பங்கேற்க இயலவில்லை. இரண்டாவது பயணமாக தாமல் கிராமத்துக்குச் சென்றபோதுதான் இளவேனிலோடு இணைந்துகொள்ள முடிந்தது. இருந்தாலும் 'ஆவநாழி'க்காக எழுத்தாளர் நாஞ்சில்நாடனைப் புகைப்படம் எடுக்க இளவேனில் தன் இளவலோடு கோவை வந்தபோது ஒருநாள் முழுக்க அந்தப் படப்பிடிப்பில் கலந்துகொள்ளும் வாய்ப்புக் கிடைத்தது. நானறிந்த புகைப்படக் கலைஞர்களிலிருந்து இளவேனில் எவ்விதத்தில் வித்யாசப்படுகிறார் என்பதை என்னால் அப்போது கண்கூடாகப் பார்க்க முடிந்தது. ஒரு புகைப்படக் கலைஞராக இளவேனிலின் பார்வை, கோணம் ஆகியவை முற்றிலும் தலைகீழானவை என்பதாகச் சொல்லலாம். நான் திரைத்துறையில் பணியாற்றிய அனுபவம் உள்ளவன் என்பதனால், ஒளிப்பதிவாளர்கள் எந்தெந்த அம்சங்களை ஒரு படப்பிடிப்பில் எதிர்பார்க்கிறார்கள், அவை கனிந்துவராதபோது எவ்வளவு பதட்டப்படுகிறார்கள் என்பதை நான் அறிவேன். இளவேனிலுக்கு அப்படியெந்த தேவையும் பதற்றமும் இல்லை. சூழலை எப்படி தனக்கு சாதகமாக்கிக்கொள்ள முடியும் என்கிற வித்தை அறிந்தவர் அவர். அந்தச் சூழல்களிலும் அசாத்தியமான புகைப்படங்களை எடுத்துவிடுவது அவரது இயல்பாகவே இருக்கிறது என்றுதான் சொல்ல முடியும்.

மேற்கத்திய எழுத்தாளர்களின் அற்புதமான புகைப்படங்கள் நமக்குக் காணக் கிடைக்கின்றன. பல மொழிபெயர்ப்பு புத்தகங்களில் வேலை செய்யும்போது பிற தேசத்துப் படைப்பாளர்களின் புகைப்படங்கள் காப்புரிமை உடையவையாக இருப்பதைக் கண்டு நான் வியந்திருக்கிறேன். ஒவ்வொரு எழுத்தாளருக்கும் காப்புரிமை இல்லாத இரண்டொரு புகைப்படங்கள் மட்டுமே இருக்கின்றன. பிற நல்ல படங்கள் வேண்டுமானால் பணம் செலுத்தித்தான் நாம் பெற முடியும். இவ்விதமான ஒரு வழமை தமிழ் எழுத்துச் சூழலில் இல்லை. நல்ல எழுத்தாளர்களுக்கு நல்ல புகைப்படங்கள் இல்லை. இந்தச் செய்தியின் மையப்புள்ளியிலிருந்துதான் புதுவை இளவேனிலின் செயலூக்கம் எழுகிறது. இப்போது அவரது முனைப்பால் தமிழில் பல எழுத்தாளுமைகளுக்கு நல்ல புகைப்படங்கள் உண்டு. இதில் மேலுமொரு சிறப்பு என்னவென்றால், மேற்கத்திய எழுத்தாளர்களின் புகைப்படங்களைப்போல இந்தப் புகைப்படங்களுக்கு இளவேனில் எந்தக் காப்புரிமையும் வைத்துக்கொள்ளவில்லை. தேவைப்பட்டவர்களுக்கு அள்ளித்தரக்கூடிய மனமும் அவருக்கு வாய்த்திருக்கிறது. பத்திருபது வருடங்களுக்கு முன்னால் பெரும் அரசியல் ஆளுமைகள், திரைப்பட ஆளுமைகள் இவர்களின் புகைப்படங்களின் நெகட்டிவ்களைப் பாதுகாத்து, தேவைப்படும் பத்திரிகைகளுக்கு புகைப்படங்களை விற்கின்ற தொழில் சென்னையில் மிகப் பிரபலமாக இருந்தது. அவர்களின் முனைப்பையும்கூட இளவேனிலின் புதுவைக்கடல் போல விரிந்த நல்மனம் வென்றுவிட்டது.

எழுத்தாளர் சுந்தரராமசாமியைத் தொகுத்த ஒளியில் வடியும் படிமத்தைத் தொடர்ந்து இது இளவேனிலின் இரண்டாவது ஆளுமைத் தொகுப்பு. இவ்வரிசை தொடரும்; தொடரவேண்டும்.

சுதேசமித்திரன்
கோயமுத்தூர்
15.07.2024

என்னுரை

எழுத்தாளன் காலத்தைப் பதிவு செய்கிறான். புகைப்படக் கலைஞனோ அதே காலத்தை உறைய வைக்கிறான். இருந்தாலும் இருவரும் ஒரே பாதையில் செல்லும் இரு பயணிகள்தான். எழுத்தாளனை அவன் வாழும் காலத்தில் தன் பதிவுகளின் மூலம் உறைய வைத்து அதை சமூகத்துக்குக் கொடுப்பது ஒரு புகைப்படக் கலைஞனின் கடமை. அது எப்படியென்றால், எழுத்தாளன், தான் அறிந்த ஒரு புகைப்படக் கலைஞனையோ வேறு கைவினைக் கலைஞனையோ தன் படைப்பொன்றுக்குள் காட்சிப்படுத்தி அவனை அமரத்துவம் கொண்டவனாக மாற்றுகிறான் அல்லவா! அதே மாதிரிதான்.

*1950*இல் எடுக்கப்பட்ட சென்னை விமானநிலையத்தின் புகைப்படம் ஒன்று தற்போது இணையத்தில் வலம் வருகிறது. அதில் பார்க்கும்போது ஒரு சிறிய ஆஸ்பத்திரிக் கட்டடம்போல இருக்கிறது ஏரோடிராம். அந்தக் காலத்தை அந்தப் புகைப்படம் உறைய வைத்திருக்கிறது. புகைப்படக் கலைஞன் யாரென்பது யாருக்கும் தெரியாது. ஆனால் அது ஓர் ஆவணமாக இன்று கொண்டாடப்படுகிறது. தி.ஜானகிராமனின் 'மோகமுள்'ளைப் படித்தால் கும்பகோணம் அப்போது எப்படி இருந்தது என்பதை நாம் கண்கூடாகப் பார்க்க முடிகிறது அல்லவா! கு.அழகிரிசாமியின் 'குமாரபுரம் ஸ்டேஷன்' சிறுகதை அந்தக் காலத்து ரயில்வே ஸ்டேஷனை இன்றும் நம் கண்முன்னே கொண்டுவந்து நிறுத்துகிறது அல்லவா! எழுத்தாளனோ, புகைப்படக் கலைஞனோ, காலத்தைப் பதிவு செய்வதும் உறைய வைப்பதும் அவனது தன்னியல்பு.

உலகம் முழுக்க எழுத்தாளர்கள் புகைப்படங்களாகப் பதிவு செய்யப்பட்டு வருகிறார்கள். இந்தப் பழக்கம் நம் தமிழ் இலக்கிய உலகில்தான் இல்லை. ஒரு படைப்பாளி தன் வேலையை செய்துவிட்டு போய்க்கொண்டே இருக்கிறான். அது அவனது வேலை. அவனை ஒருவர் ஆவணப்படுத்த வேண்டாமா? அது ஒரு புகைப்படக் கலைஞனின் வேலை அல்லவா! அந்த வேலையைத்தான் நான் செய்ய ஆரம்பித்தேன்.

இதுவரையிலுமான எனது வாழ்வின் நீண்ட தெருக்களில் நூற்றுக்கும் அதிகமான எழுத்தாளர்களை நான் புகைப்படங்களாகப் பதிவு செய்திருக்கிறேன். அவற்றில் ஒரு சிறு துளிதான் இந்த நூல். ஆகையினால் இந்த புத்தகத்தில் பதிவாகியிருக்கும் எழுத்தாளர்களை மட்டும்தான் நான் முன்வைக்கிறேன் என்பதல்ல இதன் அர்த்தம். அத்தனை பேரையும் ஒரே புத்தகமாகக் கொண்டுவருவது என்பது பதிப்பாளருக்கும் அதை வாங்கும் வாசகருக்குமே கூட சாத்தியமில்லை என்பதனால் இந்த புத்தகம் இந்த அளவோடு தொகுக்கப்பட்டுள்ளது. மூத்த படைப்பாளிகளில் தொடங்கி ஒரு பட்டியலில் இந்தத் தொகுப்பு உருவாக்கம் கொண்டிருக்கிறது. இதைத் தொடர்ந்து இளம் படைப்பாளிகளில் 25 பேரைத் தேர்ந்தெடுத்து அடுத்த தொகுப்பையும் நிச்சயம் கொண்டுவருவேன் என்று நம்புகிறேன். அது முற்றிலும் வேறு விதத்திலும் வடிவிலும் இருக்கும். இளம் படைப்பாளிகள் கொண்டாடப்படவேண்டியவர்கள் என்பதனால் வெறும் வார்த்தைகளாக இல்லாமல் இதைக் கண்டிப்பாக செயல்படுத்தவேண்டும் என்பதற்காக அந்தப் பணிகளை இந்த வருடமே தொடங்கலாம் என்பதே எனது அடுத்த திட்டம்.

எனக்கு வாய்த்த, எனக்கு வழங்கப்பட்ட நேரத்தில் என்னுடைய வசதிக்கு இவர்களின் ஒத்துழைப்போடு நான் இவற்றைப் பதிவு செய்திருக்கிறேன். மற்றபடி இந்த முனைப்பை நான்தான் செய்யவேண்டும் என்கிற பேராசை எதுவும் எனக்குக் கிடையாது. இதைப் பலரும் செய்ய முன்வரவேண்டும். குறைந்தபட்சம் உங்கள் ஊரில் இருக்கும் ஒரேயோர் எழுத்தாளரையாவது நீங்கள் பதிவு செய்யுங்கள். அதை உங்கள் கடமையாக உணருங்கள் என்று சக புகைப்படக் கலைஞர்களை நான் கேட்டுக்கொள்கிறேன். எல்லோரும் இதைச் செய்ய முன்வர வேண்டும். நான் முதல் படிக்கட்டுக்கான கல்லைப் பதித்திருக்கிறேன். அவ்வளவுதான். இதை நான் என் கடமை என்று உணர்வதனால்தான் இதை விற்பனைப் பொருளாகக் கருதவில்லை. எந்த எழுத்தாளரின் எந்தப் புகைப்படத்தை யார் கேட்டாலும் நான் இலவசமாகவே அவர்களுக்கு வழங்குகிறேன். அதன்மூலம்தான் இந்த முனைப்பு பூர்த்தியடையும் என்று நான் நம்புகிறேன். ஒருமுறை குமுதத்திலிருந்து அவர்கள் கேட்டுப்பெற்ற ஓர் எழுத்தாளரின் புகைப்படத்துக்கான சன்மானத் தொகையை அனுப்பினார்கள். அதைக்கூட உடனே திருப்பி அனுப்பிவிட்டேன். இதை இப்படித்தான் செய்ய வேண்டும் என்று நான் நம்புகிறேன்.

இந்தப் படங்களை நான் பெரிதும் மெனக்கெட்டு எடுத்தேன் என்றெல்லாம் சொல்லிக்கொள்ள மாட்டேன். உண்மையில் இது தன்னிச்சையாகவே நடந்தது. படைப்பாளுமைகள் தங்கள் நேரத்தை எனக்கு விட்டுக்கொடுத்து ஒத்துழைக்கவில்லையானால் இது சாத்தியமே ஆகியிருக்காது. ஆகையினால் அவர்களுக்கு என்னுடைய நன்றிகள்.

ஒரு விஷயத்தை நான் குறிப்பிட்டுச் சொல்லவேண்டும். ஏதோ யாரோ சொன்னார்கள், எங்கோ கேள்விப்பட்டேன், யாரோ எடுக்கச் சொன்னார்கள் என்பதாகவெல்லாம் ஒரு புகைப்படம்கூட இந்தத் தொகுப்பில் கிடையாது. நான் புகைப்படம் எடுக்கும் எழுத்தாளர்களை முற்றிலும் வாசித்தபிறகே நான் அவர்களைப் புகைப்படம் எடுக்கிறேன். ஒவ்வோர் எழுத்தாளரும் ஒரு புவியியல் சார்ந்த குறியீடாக இருக்கிறார். போகிற போக்கில் எழுதிப் போகிற அவரது படைப்புகள் வரலாற்று

ஆவணங்களாக உருமாறுகின்றன. எனவே ஒவ்வொருவரையும் முழுமையாகப் படிப்பது என்னுடைய வழக்கம். அதன் நீட்சிதான் அவரைப் புகைப்படம் எடுக்கவேண்டும் என்கிற உந்துதல். ஓர் எழுத்தாளரை நான் ஏன் பதிவு செய்கிறேன் என்றால், அவரது படைப்புகளின் பரிச்சயத்தின் காரணமாக அவர் மீது எனக்கு ஏற்படும் காதல்தான் அதற்குக் காரணம். தன்னையே இழந்துதான் ஒவ்வொரு எழுத்தாளரும் தன் படைப்பைக் கொடுக்கிறார். அவரைக் கொண்டாடவேண்டும் என்பதற்காகத்தான் இந்தத் தொகுப்பை நான் கொண்டுவருகிறேன். இந்தப் புகைப்படங்கள் அந்த எழுத்தாளரை வாசகனுக்கு நினைவுபடுத்தினாலேகூட அது இந்த புத்தகத்தின் வெற்றி என்பதாக நான் கொள்வேன். இந்த எழுத்தாளர்களைப் படித்திருக்கும் வாசகர்கள் மனதில் அவர்கள் படைத்திருக்கும் பாத்திரங்களின் நினைவு மேலெழுந்து வந்தாலே அது பெரும் வெற்றிதான். ஒரு நூறு படைப்புகளை ஒரு வாசகன் படிக்கிறான் என்று வைத்துக்கொள்ளுங்கள். ஒவ்வொன்றிலும் குறைந்தபட்சம் பத்து மனிதர்களையாவது அவன் சந்தித்திருப்பான். நூறு நூல்களின் வாயிலாக ஆயிரம் மனிதர்களோடு அவன் உறவாடியிருக்கிறான் என்பதே உண்மை. அந்த உறவை வாசகனுக்கு அறிமுகம் செய்துவைத்ததுதான் எழுத்தாளரின் சாதனை. எனவே இந்த புத்தகத்தின் வெற்றி என்பது எனக்கானது அல்ல. தமிழ்ச் சமூகத்தில் இந்த புத்தகத்தின் மூலமாக ஓர் எழுத்தாளருக்கு ஒரு புதிய வாசகன் கிடைத்தால் அதுவே எனக்குப் பெருமை.

இந்தமாதிரி ஆளுமைகளைப் புகைப்படம் எடுக்கவேண்டும் என்கிற எனது விருப்பத்தை ஏற்படுத்தியது 'சுபமங்களா'வில் வெளிவந்த கி.ராவின் புகைப்படங்களும் சுந்தரராமசாமியின் படங்களும்தான். அந்தப் புகைப்படங்களை எடுத்தவர் புகழ்பெற்ற புகைப்படக் கலைஞர் வைட் ஆங்கிள் ரவிசங்கர். அவர்தான் என் முனைப்புக்கான மறைமுகமான தூண்டுகோல். இதற்கு முன்னால் ஒரு சம்பவம் நிகழ்ந்தது. புதுச்சேரி ரோமன் ரோலன்ட் லைப்ரரியில் இளம்பிராயத்திலிருந்தே நான் உறுப்பினன். பல வருடங்களுக்கு முன்பே ப.சிங்காரத்தின் 'புயலிலே ஒரு தோணி' புத்தகம் எனக்கு அங்கு வாசிக்கக் கிடைத்தது. அதைப் பலமுறை நான் திரும்பத் திரும்பப் படித்து வியந்திருக்கிறேன். அந்த புத்தகம் பேசப்படுவதற்கு முன்பு அனேகமாக என்னைத் தவிர வேறு யாருமே அதை எடுத்துச் சென்று வாசித்ததில்லை. அதன் முதல் பக்கத்தில் என்னுடைய பதிவு எண் மட்டுமே திரும்பத் திரும்ப இடம் பெற்று வந்தது. அந்த புத்தகத்தின் பின்னட்டையில் ப.சிங்காரத்தின் ஒரு சிறு புகைப்படம் இருக்கும். அந்தப் புகைப்படம்தான், 'எழுத்தாளர்களுக்கு ஏன் நல்ல புகைப்படம் இல்லை?' என்கிற கேள்வியை என்னுள் விதைத்தது. இத்தனைக்கும் அப்போது நான் ஒரு புகைப்படக் கலைஞன் அல்ல. அதன் நீட்சியாகத்தான் வைட் ஆங்கிள் ரவிசங்கரின் 'சுபமங்களா' புகைப்படங்கள் எனக்கான வழியைத் திறந்துவிட்டன. எனக்கு இருந்த வாசிப்புப் பழக்கம்தான் என்னைப் புகைப்படக்கலைஞனாக மாற்றியது என்றுகூட இந்த இடத்தில் சொல்லலாம்.

ஒரு புகைப்படக் கலைஞனாக எனது மானசீக ஆசான்கள் இருவர் உண்டு. அவர்களையும் இந்த நேரத்தில் நினைத்துப் பார்த்துக்கொள்கிறேன். முதலாவதாக, இந்திய அளவில், புகைப்படக் கலைஞர் ரகுராய். அவரது தாஜ்மகால் புத்தகத்தைப் பார்த்துத்தான் போட்டோகிராஃபர் ஆகவேண்டும் என்று விரும்பி நான் இந்தத் துறைக்கு வந்தேன். இரண்டாவதாக உலக அளவில் ஃபிரஞ்ச் புகைப்படக் கலைஞர் ப்ரஸ்ஸோன்.

Raghu Rai

Henri Cartier - Bresson

அவரது புகைப்படங்களைப் பார்த்து வியந்து வியந்து, ஒரு நண்பரின் வாயிலாக அவரது தொகுப்பொன்று ஃபிரான்ஸிலிருந்து கிடைக்கப்பெற்று, இன்றும் பொக்கிஷமாகப் பாதுகாத்து வருகிறேன். இவர்கள் இருவரும்தான் எனது ஆதர்சம்.

'இந்தத் தொகுப்பில் கனிமொழி தவிர வேறு பெண் படைப்பாளிகள் இல்லையே' என்று யாரும் கல்லெறிய வேண்டாம். அதற்கான காரணத்தை விளக்கிவிடுகிறேன். நான் புகைப்படம் எடுத்த பெண் படைப்பாளர்கள் ஒவ்வொருவரையும் வேறு வேறு காரணங்களால் இங்கே சேர்த்துக்கொள்ள இயலாமல் போயிற்று என்பதே உண்மை. உதாரணமாக, அம்பையை புகைப்படமெடுத்து அந்த ஆல்பத்தை 'ஆவநாழி'க்கு கொடுத்தேன். ஆனால் அது வெளிவந்தபோது அம்பை என்னை மிகவும் காட்டமாகக் கடிந்துகொண்டார். அதோடு, 'இது ஒரு தொகுப்பானால் எந்தக் காரணத்தைக் கொண்டும் என்னை அதில் சேர்க்கக்கூடாது' என்று கடுமையாகத் தெரிவித்தார். அதனால் அவரை தவிர்க்க வேண்டியதாகிவிட்டது. அதேபோல் எழுத்தாளர் பாமாவை ஃபிலிம் கேமராவில் எடுத்திருந்தேன் என்பதனால் அந்த நெகட்டிவ்வை ஸ்கேன் செய்ய இயலாமல் அது பழுதடைந்து போனதால் அந்தப் புகைப்படங்கள் என்னிடம் இல்லை. அதேபோல் சுகிர்தராணியை நான் எடுத்த புகைப்படங்களை ஹார்ட்டிஸ்க் பழுதானபோது இழந்தேன். ஆகையினால் அவரையும் இதில் இணைக்க இயலவில்லை.

இருபது வருடங்களாகவே இந்தத் தொகுப்பு எனது கனவாகவே இருந்து வருகிறது. நான் சுந்தரராமசாமியை எடுத்த புகைப்படங்களை எழுத்தாளர் சுதேசமித்திரன் 2004இல் நடத்திக்கொண்டிருந்த 'சாம்பல்' இதழில் ஆல்பம் பகுதியாக வெளியிட்டார். ஒரு நிச்சலனப் புகைப்படக் கலைஞனாக அந்த இதழில் என்னுடைய புகைப்படமும்கூட இடம்பெற்றிருந்தது. சுதேசமித்திரனுக்கும் எனக்குமான சகோதர பந்தம் அன்று தொடங்கி, இன்று வரை நீடிக்கிறது. நான்கு வருடங்களுக்கு முன்பு 'ஆவநாழி' என்கிற பத்திரிகையை அவர் ஆரம்பித்தபோது அதில் நான் எடுத்த ஆளுமைகளின் புகைப்படங்களை அவர்களுடனான எனது அனுபவத்தையும் இணைத்துக்கொண்டு வெளியிட ஆரம்பித்தார். அதன் தொகுப்புதான் தற்போது உங்கள் கையில் இருப்பது.

இந்த புத்தகம் சாத்தியமானதற்கு முக்கிய காரணமாக நான் சுதேசமித்திரனையே குறிப்பிட விரும்புகிறேன். ஏனென்றால் இந்த புத்தகத்தின் வடிவமைப்பையும் அவரே செய்துகொடுத்திருக்கிறார். 'ஆவநாழி'யில் ஒவ்வோர் இதழிலும் எனக்காக பத்து பக்கங்களை ஒதுக்கி, அதற்காகக் கடைசி வரை காத்திருந்து, தற்போது இந்தப் பெரும் படைப்பை உருவாக்கியும் தந்திருப்பவர் அவர்தான். எனவே, இந்த புத்தகம் பாராட்டப்பட்டால் அது சுதேசமித்திரனுக்கே போய்ச் சேரவேண்டும். எதிர்க் கருத்துகள் எழுமானால் அதற்குக் காரணம்தான் நான். இதில் எனக்கு எவ்விதமான மாறுபட்ட கருத்தும் இல்லை.

எழுத்தாளர்களுக்கு அப்பால் இசைக்கலைஞர்களைப் புகைப்படம் எடுக்க ஆரம்பித்ததன் தொடக்கத்திலும் சுதேசமித்திரனின் பங்கு இருக்கிறது. அவர், தான் நடத்திவந்த விளம்பர நிறுவனம் சார்பாக கர்நாடக சங்கீத பெண்பால் மும்மூர்த்திகளில் ஒருவரான டி.கே.பட்டம்மாளைப் பற்றிய காஃபி டேபிள் புத்தகம் ஒன்றைத் தயாரித்தபோது அவரைப் புகைப்படம் எடுக்க என்னை அழைத்தார். டி.கே.பி. அப்போது வயது முதிர்ந்த நிலையில் பேச்சையும்கூட இழந்து சென்னையில் தன் வீட்டில் இருந்தார். அவரையும் அவரது சொந்த ஊரான தாமலையும் இரண்டு செஷன்களாகப் புகைப்படம் எடுத்துத் தந்தேன். அதன் நீட்சியாகத்தான் 'காலச்சுவடு' ஆசிரியரின் அழைப்பில் இசைக்கலைஞர் சஞ்சய் சுப்பிரமணியனையும் 'அந்திமழை' ஆசிரியர் அசோகனின் அழைப்பில் டி.எம்.கிருஷ்ணாவையும் புகைப்படம் எடுக்கும் வாய்ப்பு எனக்குக் கிடைத்தது. இது எல்லாமே நண்பர்கள் என் மீது வைத்திருக்கும் நேசம் என்றுதான் சொல்லவேண்டும்.

ஓவியர்களை எடுத்ததன் பின்னணி முற்றிலும் வேறானது. எனது இளம்பிராயத்தில் ஓவியனாக வேண்டும் என்பதுதான் எனது கனவாக இருந்தது. அதற்கு பதிலாக புகைப்படக்கலைஞனாகத்தான் ஆக முடிந்தது. கி.ரா அடிக்கடி சொல்கிற ஓவியரின் பெயர் ஆதிமூலம். அதில் எழுந்த ஆர்வத்தில் அவரை நேரில் சென்று பார்த்தபோது அவரைப் புகைப்படங்கள் எடுத்தேன். அந்தக் கட்டுரையில் விபரங்கள் இருந்தாலும் நான் எடுத்த அந்தப் படங்கள்தான் அவரது கடைசிப் படங்கள் என்பதையும் இங்கே குறிப்பிடவேண்டும். அந்த வருடம் தன் மறைவு வரைக்குமே அவர் வேறு புகைப்படங்கள் எடுத்துக்கொள்ளவில்லை. அவரை ஒரு டாக்குமென்டரி எடுக்கவேண்டும் என்கிற நோக்கத்தின் முன்னோட்டமாகத்தான் அந்தப் புகைப்படங்களை எடுத்து வந்திருந்தேன். அந்த வாய்ப்பு கிடைக்காமலே போய்விட்டது. ஓவியர் மருதுவைப் புகைப்படம் எடுக்கக் கிடைத்த வாய்ப்பு திரும்பவும் 'காலச்சுவடு' ஆசிரியர் அரவிந்தன் கொடுத்ததுதான். ஓவியத்தில் சமூக நீதியை நிலைநிறுத்துவதில் முக்கியமான ஐகானாக இருப்பவர் ஓவியர் மருது. அவரைப் புகைப்படம் எடுக்க வாய்த்தது எனக்குக் கிடைத்த பெரும் பேறு.

இந்த புத்தகத்தை வெளியிட ஆர்வத்தோடு முன்வந்த நண்பர் மு.வேடியப்பனுக்கும் என்னுடைய நன்றிகள் உரித்தாகின்றன.

என் பயணங்களில் தங்களின் பொன்னான நேரங்களை எனக்காகக் கரைத்த நண்பர்கள் PNS பாண்டியன், ஜேகே, முருகன், 'மது இந்தியா' மது, கோபி, மோகனசுந்தரம், ஜெகன், செந்தமிழினியன் ஆகியோருக்கு என் கரங்களைத் தந்து நன்றி தெரிவித்துக் கொள்கிறேன். என் ஒளிப் படத்தை எடுத்துக் கொடுத்த அன்புச் சகோதரி அன்புமதி தணிகாசலம் அவர்களுக்கு நன்றி.

புதுவை இளவேனில்

நிரல்...
அகர வரிசையில்

1.	ஆதிமூலம்	210
2.	அழகிய பெரியவன்	156
3.	பவா செல்லத்துரை	146
4.	சாரு நிவேதிதா	96
5.	இளம்பாரதி	166
6.	ஜெயமோகன்	106
7.	கல்யாண்ஜி	46
8.	கனிமொழி கருணாநிதி	76
9.	டி.எம்.கிருஷ்ணா	198
10.	நாஞ்சில் நாடன்	56
11.	டி.கே.பட்டம்மாள்	178
12.	பாவண்ணன்	116
13.	பெருமாள் முருகன்	136
14.	பிரபஞ்சன்	36
15.	கி.ராஜநாராயணன்	26
16.	எஸ்.ராமகிருஷ்ணன்	86
17.	ரவிக்குமார்	126
18.	சஞ்சய் சுப்ரமணியன்	188
19.	சுந்தர ராமசாமி	16
20.	ட்ராட்ஸ்கி மருது	220
21.	விக்ரமாதித்யன்	66

13

இலக்கிய ஆளுமை வரிசை

இலக்கியம்

1

சுந்தர ராமசாமி

அப்போது எனக்கு இருபத்திநாலு வயதுதான் இருக்கும். ஏதோ ஃபோட்டோ எடுத்துக் கொண்டிருந்தேன் என்றபோதும் வாழ்வில் எதுவும் பெரிதாகப் பிடிபட்டிருக்கவில்லை. இத்தனைக்கும் அதற்கு முன்பாகவே நான் கி.ரா.வை புகைப்படம் எடுத்துவிட்டேன். கி.ரா. புகைப்படங்களை வைத்து ஒரு கண்காட்சிகூட நிகழ்ந்திருந்தது. அதைத் தொடர்ந்து இன்னும் சில எழுத்தாளர்களையும் மனம் போன போக்கில் எடுத்துக்கொண்டிருந்தேன். ஸ்டுடியோ வைக்க வேண்டும், தொடர்ந்து அதை ஒழுங்காக நடத்தவேண்டும் என்கிற எவ்விதமான பிடிப்பும் இல்லாமல் அலைந்துகொண்டிருந்த நேரம் அது. அப்போதுதான் இளம்கன்று பயம் அறியாது என்பதற்கேற்ப ஒருநாள் சுந்தர ராமசாமியைப்

நிச்சலனத்தின் நிகழ்வெளி

புதுவை இளவேனில்

புகைப்படம் எடுக்கவேண்டும் என்கிற விபரீத ஆசை எனக்குள் எழுந்தது. அவரைப்பற்றி எனது மனதில் கட்டமைக்கப்பட்டிருந்த பிம்பம் மிகப் பெரியதாக இருந்தது. அவரை நெருங்கவே முடியாது. அவரோடு பேசவே முடியாது என்பதாகவெல்லாம் அஞ்சிக் கொண்டிருந்தேன்.

அந்தப் புரிதலுடன் அவரை எப்படி அணுகுவது என்கிற அச்சம்தான் பெரிதாக இருந்தது. இதனால் யார் மூலமாக அணுகலாம் என்று யோசித்தபோது அப்போது 'காலச்சுவடு'வுடன் நெருங்கிய பழக்கத்தில் இருந்த ரவிக்குமார் என் நினைவுக்கு வந்தார். அவர் எனது நல்ல நண்பர். நான் விஷயத்தைச் சொன்னதும் அவர் சுந்தர ராமசாமிக்கு உடனே ஃபோன் செய்தார். 'புதுவை இளவேனில் உங்களை புகைப்படம் எடுக்க விரும்புகிறார்' என்று ரவிக்குமார் சொல்கிறார். எதிர்ப்பக்கத்தில் இருந்து என்ன பதில் வந்தது என்பது எனக்குத் தெரியாது. நான் அவர் முகத்தையே பார்த்துக்கொண்டிருக்கிறேன். ரவிக்குமார் ஃபோனை வைத்துவிட்டு, 'அவர் சம்மதித்துவிட்டார்' என்று என்னிடம் தெரிவித்தார். எனக்கு சந்தோஷம் தாளவில்லை.

பாண்டிச்சேரியிரியிலிருந்து நாகர்கோவிலுக்கு நேரடி பஸ் இருக்கிறது. ஒரு நாளைக் குறித்து அன்று அந்த பஸ்ஸைப் பிடித்துவிட்டேன். அதிகாலை நாகர்கோவிலில் போய் இறங்குகிறேன். நேராக சுந்தர ராமசாமி வீட்டில் போய் நிற்கிறேன். நிற்கிறேன் என்பது தவறு உள்ளேயே போய்விட்டேன். யாரோ 'உட்காருங்க' என்று சொல்கிறார்கள். பார்த்தால் ஒருவர் ட்ரெட்மில்லில் நடந்துகொண்டிருக்கிறார். யாரென்று பார்த்தால் சுந்தர ராமசாமி. அவரைப் பார்த்து அதிர்ந்துவிட்டேன். அவர் அதுவரை நான் பார்த்துப் பழகியிருந்த எழுத்தாளர்களைப்போல இல்லாமல், சரியாகச் சொன்னால் தமிழ் எழுத்தாளர்கள் போலவும் இல்லாமல் மலையாள எழுத்தாளர்களைப் போலவும் இல்லாமல் ஒரு புது வடிவத்தில் கார்ப்பரேட் கம்பெனியின் சி.இ.ஓ. மாதிரி இருக்கிறார். பொதுவாக எனக்கு ஒரு பழக்கம், ஓர் எழுத்தாளரை ஃபோட்டோ

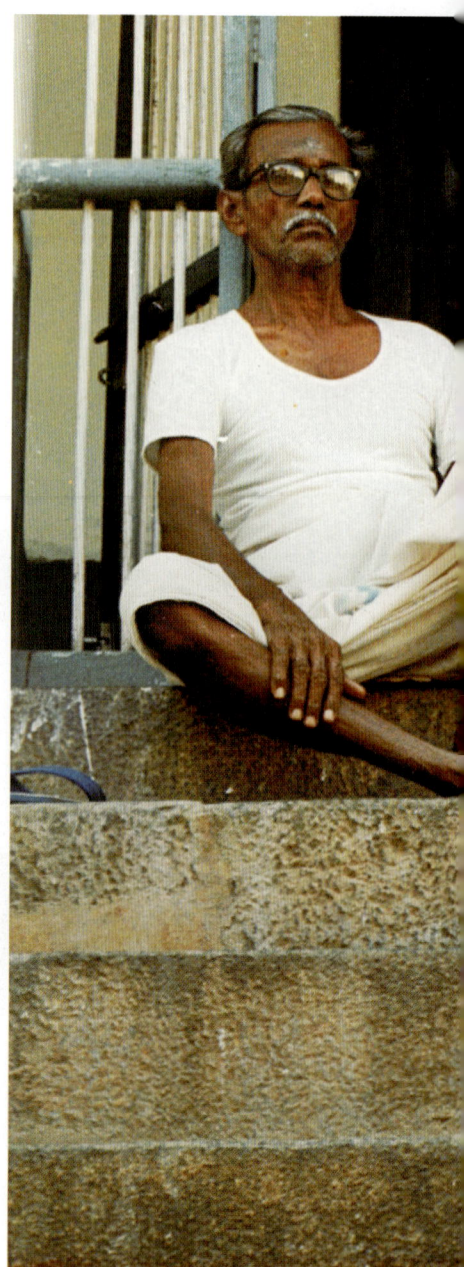

நிச்சலனத்தின் நிகழ்வெளி
புதுவை இளவேனில்

எடுக்கப்போகிறேன் என்று சொன்னால் அதற்குமுன் அவரது படைப்புகளை வாசித்துவிடுவேன். அதேபோல் அவரது படைப்புகளையும் கொஞ்சம் வாசித்துவிட்டுத்தான் வந்திருந்தேன். அவரது எழுத்துக்குப் பொருத்தமே இல்லாத வகையில் அவரது அணுகுமுறை இருக்கிறது. அன்று முழுவதும் அவர் என்னிடம் பேசிக்கொண்டிருக்கிறார். என்னிடம் சில கேள்விகளைக் கேட்கிறார். அதற்கெல்லாம் சிறுபிள்ளைத்தனமாக நான் ஏதோ பதில்களைச் சொல்கிறேன். அவர் என்னை வாசிக்க ஆரம்பிக்கிறார். என்னிடம் பெரும் வாசகப் பரப்பு இல்லை என்பதை அவர் அவதானிக்கிறார். ஆனால் அதனை வெளிப்படுத்திக்கொள்ளாமலேதான் என்னிடம் பழகுகிறார்.

புகைப்படம் எடுப்பது என்கிற சூழலுக்கு வருகிறோம். அப்போது எனக்கு உதவுவதற்கும் அவருக்குப் பேச்சுத்துணைக்கும் ஒரு நபர் தேவைப்படுகிறார். அவருக்கும் எனக்கும் இடையில் உள்ள இடைவெளியை நிரப்ப ஒருவர் தேவை. இதையும் அவர்தான் கண்டுபிடிக்கிறார். இதனால் நெய்தல் கிருஷ்ணனை உடன் அழைத்துக்கொள்கிறார். அவர் உதவியாளராகவும் கிட்டத்தட்ட எங்களுக்கிடையே ஒரு மொழிபெயர்ப்பாளர் போலவும் இணைந்துகொள்கிறார்.

பத்து நாட்கள் நான் அவரோடு அவர் வீட்டிலேயே தங்கி புகைப்படங்கள் எடுத்தேன். கிருஷ்ணன் நம்பியெல்லாம் தங்குவாரே அதே அறையை எனக்கு ஒதுக்கியிருந்தார். வாசலைப் பார்த்த ஜன்னல் வைத்த அறை. அங்கே ஒரு கட்டில், படிக்க புத்தகம், ஒரு பாட்டிலில் தண்ணீர் என்று கச்சிதமாக இருக்கும். ஒரு கிருஷ்ணர் சிலை கூட இருக்கும். அந்தச்

சிலையை வைத்துக்கூட அவரைப் படம் எடுத்தேன். தினமும் நாகர்கோவிலைச் சுற்றி படங்கள் எடுக்க ஆரம்பித்தோம். நான் ஒரு குழந்தையைப்போல அவரிடம் நடந்துகொண்டேன் என்பதுதான் உண்மை. ஆனால் இதில் பெரிய ஆச்சர்யம் என்னவென்றால் அவரும் ஒரு குழந்தையைப்போலத்தான் என்னிடம் பழகினார். நான் என்ன எதிர்பார்க்கிறேனோ அதை அவர் கொடுக்கிறார். உட்காரச் சொன்னால் உட்காருகிறார், நிற்கச் சொன்னால் நிற்கிறார். இப்போது யோசித்தால் எனக்கு பயமாக இருக்கிறது. அவ்வளவு பெரிய ஆளுமையை ஒரு பொம்மைபோல், 'அப்படி போஸ் கொடுங்கள் இப்படி நில்லுங்கள்' என்றெல்லாம் யோசனையே இல்லாமல் கட்டளையிட்டுக்கொண்டு புகைப்படங்கள் எடுப்பது என்பது என் போதாமையையே காட்டுகிறது என்பதாகவே இப்போது தோன்றுகிறது.

விமர்சனங்களுக்குள்ளான ஒரு புகைப்படத்தைப் பற்றி சொல்லலாம், அதை டைட்டானிக் போஸ் என்றுதான் பல விமர்சனங்கள் எழுந்தன. அன்று நாங்கள் கன்யாகுமரிக்குப் போயிருந்தோம். அந்த இடத்தின் பெயர் கொத்தவால் பீச் என்று நினைக்கிறேன். ஒரு மாலை நேரம். கடலில் சூரியன் அமிழ்ந்துகொண்டிருக்கிறான். அவரைக் கடற்கரையில் அப்படியே நடக்கச் சொல்கிறேன். அவரும் நடக்கிறார். நான் புகைப்படங்கள் எடுக்கிறேன். நான் சொல்கிறமாதிரி யெல்லாம் அவர் ஒத்துழைக்கிறார். அப்போதுதான் கைகளை விரித்து நில்லுங்கள் என்று நான் சொல்ல அவரும் அப்படியே நிற்கிறார். புகழ்பெற்ற டைட்டானிக் புகைப்படம் எனக்குக் கிடைக்கிறது. அதற்கு முன்னாலும் சரி, அதற்குப் பின்னாலும் சரி, சுந்தர ராமசாமிக்கு நல்ல படங்கள் ஏதும் அமையவில்லை என்பதாகவே நான் கருதுகிறேன். ஏனென்றால் இப்போதும் எல்லோரும் உபயோகிக்கும் சுந்தர ராமசாமியின் புகைப்படங்கள் எல்லாம் அப்போது நான் எடுத்தவைதான்.

அவரைப் புகைப்படம் எடுத்தபிறகுதான் என்னை எல்லோரும் கவனிக்க ஆரம்பிக்கிறார்கள். பல

நச்சலனத்தின் நிகழ்வெளி

புதுவை இளவேனில்

எழுத்தாளர்கள் தன்னைப் படம் எடுத்துக்கொடுக்கும்படி என்னைக் கேட்கிறார்கள். ஆனால் எனக்கு ஒரு பழக்கம். கேட்கிறார்களே என்று ஒப்புக்கொள்ளவே மாட்டேன். எனக்காகத் தோன்றவேண்டும்.

சுந்தர ராமசாமியை நான் எடுத்த அந்தப் புகைப்படங்களை சென்னையில் அல்லையன்ஸ் ஃப்ரான்ஸிஸில் ஒருவாரக் கண்காட்சி நிகழ்த்தினேன். தமிழகத்தின், பெரும் ஆளுமைகள் அத்தனைபேரும் அங்கே வந்திருந்தார்கள். ஓவிய ஆளுமைகள் ஆதிமூலம், மருது, விஸ்வம், நடிகர் நாசர், கவிஞர் கனிமொழி இப்படி பல ஆளுமைகள். ஓவியர்கள், இலக்கிய ஆளுமைகள், புகைப்படக் கலைஞர்கள் என்று கலந்துகட்டி பலரும் அங்கே வந்திருந்தார்கள். பல நிகழ்ச்சிகள் அதில் நடக்கும். அங்கேதான் அ.ராமசாமி, சுந்தர ராமசாமியின் பல்லக்குத் தூக்கிகளை நாடகமாக அரங்கேற்றினார். இப்படியொரு நிகழ்வு நடப்பது தமிழ் இலக்கியச் சூழலில் அதுதான் முதல்முறை என்றுகூடச் சொல்லலாம்.

இதன்பிறகுதான் இளவேனில் என்கிற ஒரு புகைப்படக் கலைஞன் பொதுவெளியில் அறிமுகமாகிறான். இன்றைக்கு நான் எட்டியிருக்கும் வாழ்க்கைச் சூழலுக்கு ஆதாரமாக அமைந்திருப்பதும் இந்தப் புகைப்படங்கள்தான். இந்தப் புகைப்படங்கள் வெளிவந்தபோது மனுஷ்யபுத்திரனும், ‘மக்கள் கலைஇலக்கியக் கழகம்’ சார்பில் வெளிவந்த ‘புதிய கலாச்சாரம்’ இதழும், ‘உண்மை’ இதழும் என்னை வசைபாடியதையும் இங்கே சொல்லாமல் இருக்க முடியவில்லை. ‘ஒரு சின்னப் பையனை ஏமாற்றி, அவர் தன் ஆட்டுக்குட்டிபோல மாற்றி வேலை வாங்கியிருக்கிறார்’ என்றுகூட எழுதினார்கள். அவர்கள் சொன்னது தவறு என்பதுதான் உண்மை.

இதில் இன்னொரு விஷயத்தை முக்கியமாகக் குறிப்பிடவேண்டும். அவரைப் புகைப்படம் எடுத்த அந்தப் பத்து நாட்களும் கிட்டத்தட்ட ஒரு குருகுலத்தில் இருந்ததைப் போல உணர்ந்தேன். என் வேலை தவிர மற்ற வேளைகளில் அவர் பேசுவதைக் கேட்டுக்கொண்டிருந்தேன். அதில் எனக்கு நிஜ வாழ்வின் அர்த்தங்கள்

புரிபடத் தொடங்கின. அதுவரை நாடோடியைப்போல அலைந்துகொண்டிருந்த எனக்குள் (அந்த குணம் இன்றும் போகவில்லை) வாழ்வுக்கான திட்டமிடல்களைக் குறித்த எண்ணங்களை அவர்தான் மறைமுகமாக ஏற்படுத்தினார். அதன்பிறகுதான் நான் ஸ்டுடியோ, தொழில், வருமானம் என்கிற வகைமைக்குள் என்னை ஈடுபடுத்திக்கொள்ள ஆரம்பித்தேன். இன்னொருபுறம் என்னுடைய வாசிப்புத் தளம் விரிவடைய ஆரம்பித்திருந்ததும் அதன்பிறகுதான்.

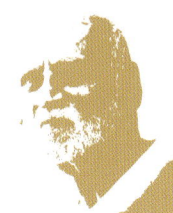

2

கி.ராஜநாராயணன்

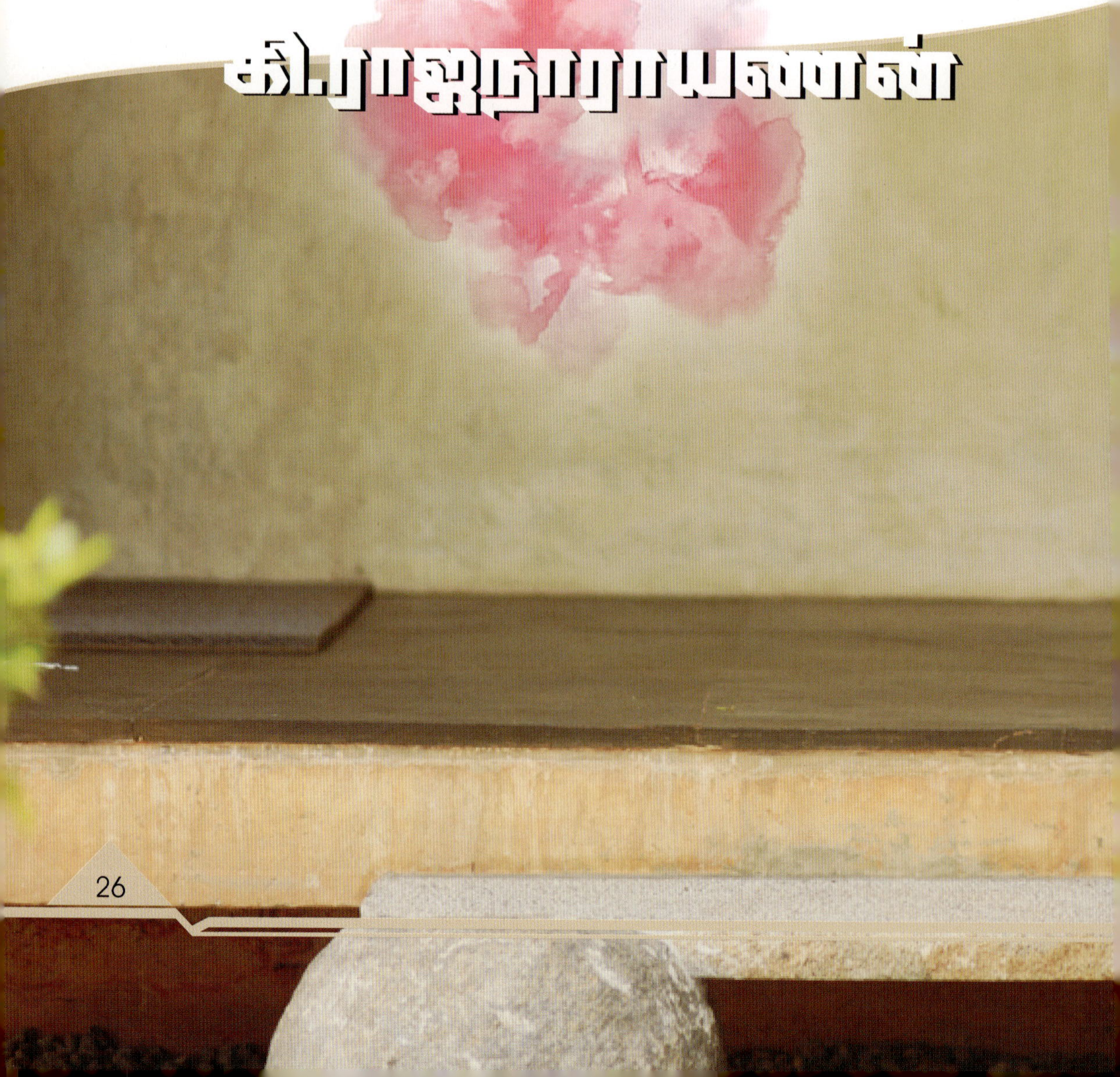

புதுவையில் 'ரோமென் ரோலேண்ட்' என்று ஒரு புகழ்பெற்ற லைப்ரரி இருக்கிறது. பதினெட்டு வயதிலேயே நான் அதன் வாசகனாகியிருந்தேன். அப்போதெல்லாம் ஒரு விஷயம் விசித்திரமாக என்னைக் கவர்ந்துகொண்டிருந்தது. அந்த நூலகத்தில் இருந்த ஆங்கில புத்தங்களின் பின்னட்டைகளில் எழுத்தாளர்களின் அற்புதமான புகைப்படங்கள் காணப்பட்டன. ஆனால் நான் வாசித்துக்கொண்டிருந்த தமிழ் புத்தக ஆசிரியர்களின் படங்கள் பாஸ்போர்ட் புகைப்பட வகையைச் சார்ந்தவையாகவே இருந்தன. இது ஏன் என்ற கேள்வி என் மனத்தில் எழுந்தது. அதற்கான விடை, கோமல் சுவாமிநாதன் நடத்திய 'சுபமங்களா' மாத இதழில் கிடைத்தது. வைட்ஆங்கிள் ரவிஷங்கர்

நிச்சலனத்தின் நிகழ்வெளி
புதுவை இளவேனில்

எடுத்த, எழுத்தாளர்களின் அற்புதமான புகைப்படங்களை அது தாங்கி வந்தது. அதுவே எனக்கான அடிப்படை இன்ஸ்பிரேஷன் என்று சொல்லலாம். அவர்கள் போட்டுக்கொடுத்த பாதையில் நான் என் கேமராவோடு நடக்க ஆரம்பித்தேன்.

ஒருமுறை கி.ரா.விடம் இதைப் பற்றி பேசிக்கொண்டிருக்கும்போது அவர் புகைப்படம் குறித்த என் பார்வையைப் புரட்டிப்போட்டார். என் தலைமுறையில் கையில் ஒரு புகைப்படக் கருவி கிடைப்பது ஓரளவு சுலபமாகவே இருந்தது. இப்போது எல்லோர் கையிலும் இருக்கிறது என்பது வேறு விஷயம் அல்லது விபத்து. அதை விடுங்கள், கி.ரா. என்னிடம் ஒரு புகைப்படத்தை எடுத்துக் காண்பித்தார். அதில் கி.ரா. சிறுவனாக தன் அன்னையுடன் காணப்பட்டார். 'அந்தப் புகைப்படம் எடுத்த நாள் இப்போதும் நினைவிருக்கிறது, புகைப்படக் கருவியைத் தலையில் சுமந்துகொண்டு அவர்கள் வந்தார்கள். நல்ல வெயிலில் வைத்துத்தான் அந்தக் கருவியால் புகைப்படம் எடுக்க முடிந்தது' என்று அவர் சொன்னார். பிற்காலத்தில்கூட photography is a costly hobby என்று சொல்லப்பட்டதன் மூலம் எனக்கு அன்றைக்குப் புரிந்தது. இதனால்தான் பாரதி, புதுமைப்பித்தன், ப.சிங்காரம், பிரமிள் என்று எத்தனையோ கலைஞர்களுக்கு நல்ல புகைப்படங்கள் அமையாமலே போய்விட்டன. அதிலும் பாரதியை எடுத்துக்கொள்ளுங்கள், அவர் காலத்தில் அவருக்கு இணையாகக் கருதப்பட்ட ரவீந்திரநாத் தாகூருக்குக் கிடைத்தமாதிரி புகைப்படக் கலைஞர்கள் பாரதிக்கு வாய்க்காமலே போனது துரதிர்ஷ்டம்தான்.

நிச்சலனத்தின் நிகழ்வெளி
புதுவை இளவேனில்

கி.ரா.வோடு அறிமுகமாகும்போது எனக்கு பதினெட்டு வயது. 'பேர் என்னப்பா' என்று கேட்டார். என் உண்மைப் பெயர் சங்கர், அந்த வயதிலேயே நான் எனக்கு வைத்துக்கொண்டிருந்த பெயர் இளவேனில் (நான் பிறந்த பிப்ரவரி மாதம் இளவேனிற்காலம் என்பதாக இதற்கு ஒரு விளக்கமும் உண்டு.) ஆனால் அவரிடம், 'என் பெயர் பாபு' என்று சொன்னேன். அது என் அம்மா என்னை அழைக்கும் பெயர். ஏனோ அதைத்தான் சொல்லத் தோன்றியது. அதன்பிறகு இன்றைக்கு வரைக்கும் அவருக்கு நான் பாபுதான். இப்போதும் திடீரென்று அவரிடமிருந்து போன் வரும். 'பாபு எங்க இருக்க? ஓடனே இஞ்ச வா.' அவ்வளவுதான். இங்கே இருக்கிறேன், இப்போது வர முடியாது என்று பதில் சொல்ல எந்த வாய்ப்பையும் வழங்கவே மாட்டார். நானும் அவரை அப்பா என்றுதான் அழைக்க ஆரம்பித்தேன். இப்போதும் அப்படித்தான். அவரது இரண்டு மகன்களும்கூட சொல்லுவார்கள், 'நீயும் எங்க கூடப் பிறக்காத சகோதரன்தான்' என்று. அவர்கள் இருவருக்கும் இருப்பதைவிடவும் எனக்கு அவரிடம் அதிக உரிமை உண்டு என்றுகூட சொல்லாம். அது நட்பு. நானும் அவரும் பேசாத விஷயமே கிடையாது. இதனால் எனக்கு அவரிடம் அதிக உரிமை உண்டு என்பதாகவே நான் உணர்கிறேன். இரவு இரண்டு மணிவரைக்கும் பேசிக்கொண்டிருப்போம். 'தூக்கம் வருது கிளம்பறேன்' என்றால், 'இன்னும் கொஞ்சநேரம் பேசிக்கொண்டிருக்கலாமே' என்பார். இது எந்தவகையான உறவு என்று சொல்ல என்னிடம் வார்த்தையே இல்லை. எந்த அர்த்தமும் இல்லாத ஓர் அழகான உறவு இது என்று வேண்டுமானால் சொல்லிக்கொள்ளலாம். அதுதான் அவரது படைப்புகளின் உரிமையை அவரது இரு மகன்களோடு சேர்த்து எனக்கும் வழங்கியது வரைக்கும் கொண்டு வந்திருக்கிறது. இந்த சம்பவத்திற்குப் பிறகுதான் நானே அவருக்கும் எனக்குமான உறவு என்கிற பதத்தையே யோசிக்க ஆரம்பித்திருக்கிறேன். அவ்வளவு இயல்பானது அது.

நிச்சலனத்தின் நிகழ்வெளி
புதுவை இளவேனில்

கி.ரா. இதன் வாயிலாக இன்னொரு முன்னுதாரணத்தைத் தொடங்கிவைத்திருக்கிறார் என்பதே உண்மை. இதுவரை இங்கே எந்த எழுத்தாளரும் இப்படி படைப்புரிமையை அடுத்தவர்களுக்குக் கொடுத்ததாக சரித்திரமே இல்லை. அவரது பெருந்தன்மையையே இது காட்டுகிறது. நான் யாரோ... இன்றைக்கும் நான் எங்கிருந்து வருகிறேன், என் பெற்றோர் யார், எனது பின்புலம் என்ன என்று எதுவுமே கி.ரா.வுக்குத் தெரியாது. அதைத் தெரிந்துகொள்ள அவர் அக்கறை காட்டியதும் இல்லை. சிறுவனாக நான் கி.ரா.வை போய்ப் பார்க்க ஆரம்பித்த காலத்தில் உணவுக்கே சிரமப்பட்டுக் கொண்டிருந்தேன். அவர் வீட்டுக்குப் போனால் உணவு கிடைக்கும். அதற்காகவே போவேன். அதுவும் அவருக்குத் தெரியாது. அன்றைக்கு உணவு. இன்றைக்கு உரிமை. யாருக்கு இத்தனை பெரிய மனம் வரும்?

இப்போது இந்த உரிமையைப் பெறும்போது எனக்குள் பெரும் அச்சம் பெருக்கெடுக்கிறது. இதுவரை ஏதோ புகைப்படக் கலைஞன் என்று என்னைப் பார்த்துக்கொண்டிருந்தவர்கள் எல்லாம் இனி என் அசைவுகளை கவனிக்க ஆரம்பிப்பார்களோ என்று அச்சமாக இருக்கிறது. நான் இனி சிறு தவறும் இழைத்துவிட முடியாது. 'என்னப்பா கி.ரா. இவருக்குப்போய் உரிமை வழங்கிவிட்டாரே' என்று சொல்லிவிடுவார்களோ என்று பயமாக இருக்கிறது. இனி இந்த பயத்தைச் சுமந்துகொண்டே நான் என் வாழ்நாள் முழுக்க அலைய வேண்டியதுதான்.

இந்த அச்சத்தின் தொடர்ச்சியாகவோ என்னவோ, அவரது படைப்புக்கான உரிமையிலிருந்து பெறப்படும் தொகையின் ஒரு பங்கு, கி.ரா. முன்பே வழங்கி வந்த 'கரிசல் விருது' எனும் விருதைத் தொடர உதவ வேண்டும் என்பதாக இப்போது பேசிக்கொண்டிருக்கிறோம். கி.ரா. தொடங்கிய இந்நற்காரியம், அவரது காலத்துக்குப் பிறகும் தொடரவேண்டும் என்று நாங்கள் விரும்புகிறோம்.

அவரது படைப்புகளை திரைப்படமாக்கவேண்டும் என்கிற விருப்பத்தோடு தற்போதைய இளம் இயக்குநர்கள் பலரும் அவரைச் சந்திக்க வருவார்கள். அவர்கள் எல்லோரும் அவரது வாசகர்கள் என்பதே எனக்கு பெரும் சந்தோஷம்தான். அவரது படைப்புகள் காலத்தால் அழியாதவை. அவற்றை அவசரகதியில் இல்லாமல் நிதானமாக அவதானித்து எந்தக் காலத்திலும் ஒரு நல்ல படைப்பாளியால் திரைப்படமாக்க இயலும் என்பதே நன் நம்பிக்கை.

அவரது படைப்புகள் திரைப்படங்களாக உருவாகியே தீரும். அவற்றைக் காணும் வாய்ப்பு நமக்கெல்லாம் கண்டிப்பாகக் கிடைக்கத்தான் போகிறது.

கி.ரா.வைக் கரிசல் எழுத்தாளர் என்று பொதுவாகச் சொல்கிறார்கள். அது தவறு என்பது என்னுடைய கருத்து. அவர் ஒட்டுமொத்த தமிழ்ச் சூழலுக்கான எழுத்தாளர் என்பதே உண்மை. அவரது களம் மட்டுமே கரிசல். மற்ற எழுத்தாளர்களின் மீது அவர் கொண்டுள்ள அக்கறை

மற்றும் பிரியமே இதற்கான சாட்சி. அவர் எந்த சக எழுத்தாளரையும் மட்டமாகப் பேசி நான் கேட்டதேயில்லை. ஓர் எழுத்தாளரைப் பற்றி பேச ஆரம்பித்தால் அவரது சிறப்புகளை மிக அழகாக அவர் விவரித்துக்கொண்டே போவார். அது தி.ஜானகிராமனாக இருந்தாலும் சரி, வல்லிக்கண்ணனாக இருந்தாலும் சரி, அவர்களின் குறைகளைப் பற்றி ஒரு வார்த்தைகூட பேச மாட்டார். அவர்களின் உயர்ந்த பண்புகள் மட்டுமே மற்றவர்களைப் போய்ச் சேரவேண்டும் என்பதே அவரது குறிக்கோளாக இருக்கும். நானே வலுக்கட்டாயமாக, 'ஒருசில எழுத்தாளர்களைப் பற்றி இப்படி சொல்கிறார்களே' என்று வம்படியாக ஆரம்பித்தால்கூட அதை அப்படியே புறந்தள்ளிவிட்டு, அவர்களைப் பற்றியதோர் அழகிய தோற்றத்தை என் மனத்தில் உருவாக்கிவிடுவார். அந்த உயர்ந்த மனப்பக்குவம் இருக்கிறதே, அதுதான் கி.ரா..

அவருக்கு வருகிற கடிதங்களைப் படிக்கிற உரிமை எனக்கு இருந்தது. எழுதியவர்களைப் பற்றியும் அவர்களுக்கு எழுதவேண்டிய பதிலைப் பற்றியும்கூட அவர் என்னிடம் நீண்ட விவாதங்களில் ஈடுபடுவார். இந்தப் பேறு என்னைப் போன்ற எளியவனுக்குக் கிடைத்திருப்பதை எண்ணி இப்போது நான் பெருமைப்படுகிறேன்.

அவரது நினைவாற்றலும் ஆச்சர்யமாக இருக்கும், எப்போதும் தான் படித்த புத்தகங்கள், படிக்காத புத்தகங்கள் ஆகியவற்றைச் சரியாக அவரால் நினைவுகூர இயலும். அதுமட்டுமல்ல, அந்த புத்தகத்தின் முதல் வரியிலிருந்து கடைசிவரை அவரால் சரியாக, தன் ஞாபகத்திலிருந்தே விவாதிக்கவும் முடியும். 98 வயதுவரை இத்தனை நினைவாற்றலோடு அவர் இருந்ததை என்னால் வியக்காமல் இருக்க முடியவில்லை.

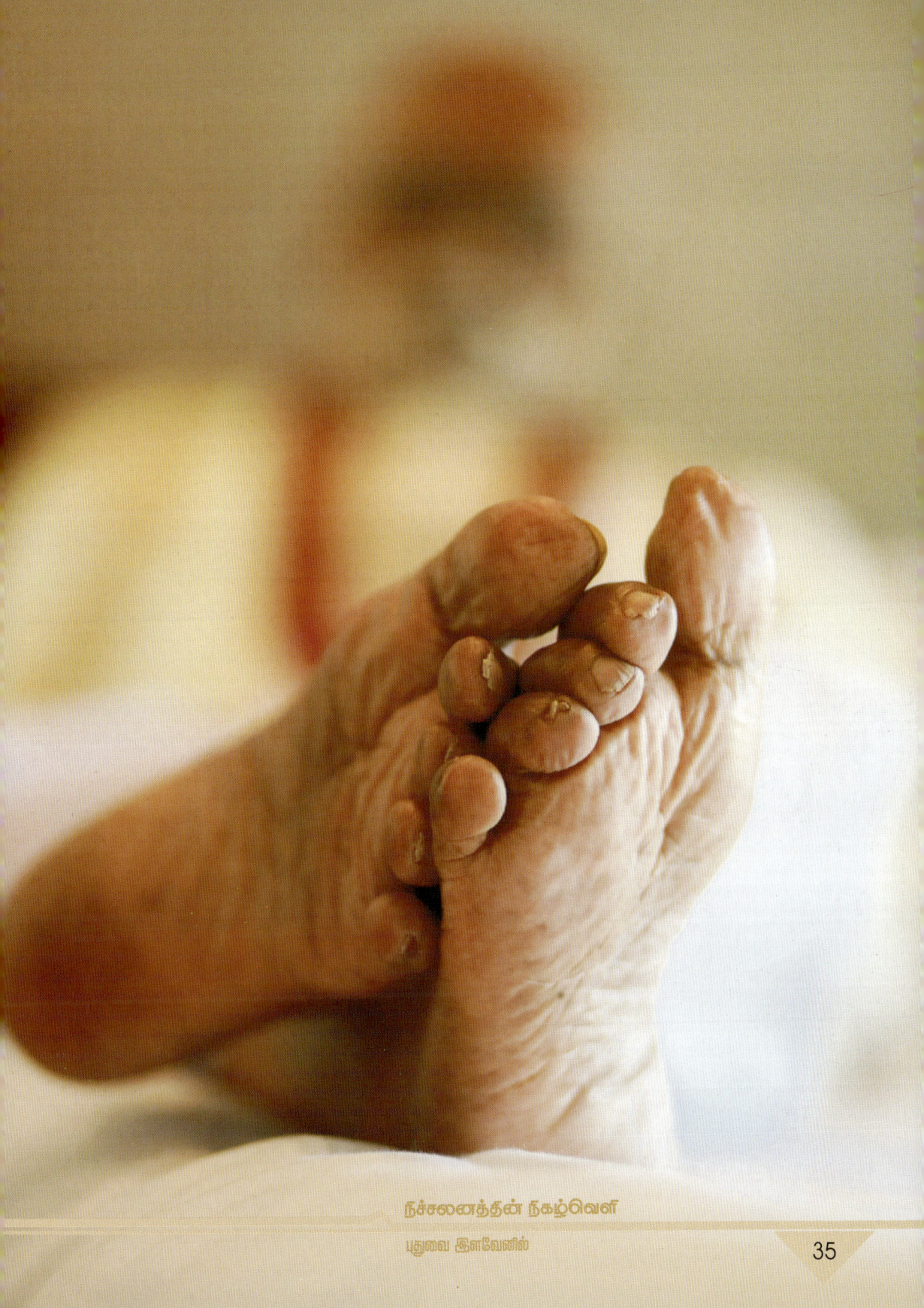

நிச்சலனத்தின் நிகழ்வெளி
புதுவை இளவேனில்

3

பிரபஞ்சன்

எழுத்தாளர் பிரபஞ்சனை எனது பதினான்காம் வயதில்தான் முதன்முதலில் சந்தித்தேன். சரியாகச் சொன்னால் கி.ரா.வை சந்திக்கும் முன்பே நான் பிரபஞ்சனை சந்தித்தேன். அவர் புதுவையைச் சார்ந்தவர் என்பதும்கூட ஒரு காரணமாக இருக்கலாம். முதன்முதலில் 'இந்தியா டுடே'யில் அவருடைய சிறுகதை ஒன்றை நான் வாசித்தேன். அவரைப் போய்ப் பார்த்தால் என்ன என்று தோன்றிற்று. இப்படித்தான் பல எழுத்தாளர்களை சிறு வயதிலேயே சென்று சந்தித்த அனுபவம் எனக்கு உண்டு. ஆனால் பிரபஞ்சன் ஒரு மிகப்பெரிய ஆச்சர்யம். தன் வீட்டில் வந்து நின்ற சிறுவனான என்னை அவர் வியப்போடு பார்த்தார். வாங்க என்று பெரிய மனிதனை வரவேற்பதைப்போல வரவேற்றார். அவர் இயல்பே அதுதான் என்பதைப் பின்னால் அறிந்துகொண்டேன். வயதில் சிறியவர்கள் என்று பார்க்கமாட்டார். எல்லாரையுமே 'வாங்க' என்றுதான் அழைப்பார். தன்னைவிடப் பெரியவர்கள் என்றால் சார் என்று சேர்த்துக்கொள்வார்.

நீச்சலனத்தின் நிகழ்வெளி
புதுவை இளவேனில்

என்னைப் பெரிதும் கவர்ந்த அவரது சிறுகதை 'மரி என்கிற ஆட்டுக்குட்டி'தான். அந்தக் கதை என்னை மயக்கியது. அந்தக் கதையை சொல்வது ஓர் ஆண் பாத்திரம் என்றாலும் ஒரு பெண் அந்தப் பாத்திரத்தோடு தன்னைப் பொருத்திப்பார்த்துவிட முடியும் என்பதுதான் அந்தக் கதையின் சிறப்பு. அந்தக் கதையில் காட்டப்படும் வாழ்வு முழுக்க முழுக்க புதுச்சேரியில் மட்டுமே காணக்கூடிய; வாழக்கூடிய வாழ்வு. வேறொரு மண்ணுக்கு அந்தக் கதை பொருந்தாது. அந்தக் கதையின் சாராம்சமே புதுவைதான். அந்தக் கதையில் வரும் மரி போன்ற பெண்களை நானே இங்கே பார்த்திருக்கிறேன். நானேகூட அந்த மரியின் ஓர் ஆண் வடிவம்தான். யார் சொல்வதையும் கேட்கமாட்டேன். என் இஷ்டப்படி அடாவடியாக நடந்துகொள்வேன். யாரையும் மதிக்க மாட்டேன். ஆசிரியர்களுக்கும்கூட இதே நிலைதான். இந்தக் கதையில் வருவதுபோலவே என்னை மாற்றியதும் ஓர் ஆசிரியர்தான். அவர் பெயர் சம்பந்தம். பள்ளியில் நான் ஸ்கௌட்டில் இருந்தேன். பொதுவாக ஒன்பதாவது படிக்கும் மாணவர்களை ஸ்கௌட் டூர்களுக்கு அழைத்துப்போக மாட்டார்கள். பத்தாவது போகப்போகிற பிள்ளை என்று. ஆனால் அவர் என்னை கட்டாயப்படுத்தி மத்தியப்பிரதேசத்துக்கு அழைத்துப்போனார். அந்தப் பயணம்தான் என் வாழ்வை மாற்றியமைத்தது. அந்தப் பயணம் முழுக்க அவர் என்னை நடத்திய விதம் இருக்கிறதே, அதுதான் எனது மனநிலையை முற்றிலும் மாற்றியது. மரியைப்போல இந்த ஆட்டுக்குட்டியும் சம்பந்தம் என்கிற ஆசிரியரின் அணுகுமுறையால் திருந்தியது என்பதே உண்மை.

அவரை சமீபத்தில் ஒருமுறை நான் சந்தித்தபோது அவர் அடுத்தகணம் என்னைப் பெயரைச் சொல்லி அழைத்து நலம் விசாரித்தார். நாற்பது வருடங்களுக்கும் மேல் ஆசிரியப்பணி ஆற்றிய ஒருவர் தன்னிடம் எப்போதோ படித்த ஒரு மாணவனின் பெயரை நினைவு வைத்திருக்கிறாரே என்று எனக்கு ஆச்சர்யம். ஆனால் அவர் புன்னகைத்துக்கொண்டே என்னிடம் சொன்னார். 'உன்னைப்பற்றி நான் விசாரித்துக்கொண்டேதான் இருக்கிறேன். நீ நல்ல நிலையில் இருப்பதைக் கேட்டு எனக்கு மகிழ்ச்சி. என்னிடம் படித்த எத்தனையோ மாணவர்களை நான் அனுதினமும் எதிர்கொள்கிறேன். அவர்களை நினைவிலிருந்து மீட்டெடுக்க முடியாமலே பதில் வணக்கம் தெரிவித்துவிட்டு நகர்ந்துவிடுவேன். என்னால் மறக்கவே முடியாத மாணவர்கள் ஐந்துபேர்தான் மொத்தமே இருப்பார்கள். அவர்களில் முதல் பெயர் உன்னுடையதுதான்' என்று. இந்த கனெக்டிவிட்டிதான் மரி என்கிற ஆட்டுக்குட்டி என்கிற கதையினூடாக பிரபஞ்சனிடம் எனக்கு மாறாக்

நிச்சலனத்தின் நிகழ்வெளி
புதுவை இளவேனில்

காதலை ஏற்படுத்தியிருக்க வேண்டும். அதன்பிறகுதான் அவரது படைப்புகளை தீவிரமாகப் படிக்க ஆரம்பித்தேன்.

பிரபஞ்சனிடம் இருந்த நல்ல பழக்கமா கெட்ட பழக்கமா என்று எனக்குத் தெரியவில்லை. அவர் எந்தக் கட்டுப்பாட்டுக்குள்ளும் அடங்க மாட்டார். வா என்பார், போனால் அங்கே இருக்க மாட்டார். வருகிறேன் என்பார் ஆனால் வரமாட்டார். இந்த போட்டோக்களை எடுப்பதற்கு முன்னால் கிட்டத்தட்ட பதினைந்து முறை திட்டமிட்டு அவை நிகழாமல் போயின. சென்னையில் இருக்கும் அவருக்கு போன் செய்தால், 'இளவேனில்... நாளைக்குக் காலைல பதினோரு மணிக்கு சிவாஜி சிலை கிட்ட வந்து நான் இறங்கிடுவேன். நீங்க வந்துடுங்க' என்பார். போய்க் காத்திருந்தால் வரமாட்டார். போன் போட்டால், 'இளவேனில் ஒரு சின்ன வேலை வந்துடுச்சு. அடுத்த சனிக்கிழமை நான்

என்ன பண்ணறேன், பஸ் ஸ்டாண்டுக்கு வந்தர்றேன்' என்பார், வரமாட்டார். இத்தனைக்கும் ஒருமுறை, 'எல்லா ரைட்டரையும் எடுக்கறீங்க ஆனா பிரபஞ்சன உங்களுக்குத் தெரியல பாத்தீங்களா' என்று என்னிடம் கேட்டார். 'நீங்கதானே ஒத்துழைக்க மாட்டேங்கறீங்க' என்று நான் கேட்டதற்கு, 'விளையாட்டுக்குச் சொன்னேன் இளவேனில்' என்று சிரித்தார். கடைசியாக ஒருநாள் புகைப்படம் எடுக்க வசதியாக, 'காலை ஆறு மணிக்கு நாம மீட் பண்ணறோம்... கேபிஎஸ் ல காபி குடிக்கறோம்... நீங்க சொல்றமாதிரி நாம போட்டோ எடுக்கறோம்' என்று வாக்குக் கொடுத்தார். அப்போது புதுச்சேரியில்தான் தங்கியிருந்தார் என்பதனால் நான் கண்டிப்பாக இன்று எடுத்துவிடலாம் என்று தயாராக இருந்தேன். ஆனால் காலையின் அழகையெல்லாம் இழந்த புதுவை நகரத்தில் பகல் பன்னிரண்டு மணி உச்சி வெயில் நேரத்தில்தான் அழைத்து, 'நான் ரெடி எங்க இருக்கீங்க?' என்று கேட்டார். நான் அந்த வாய்ப்பைத் தவறவிட விரும்பவில்லை. அப்படித்தான் இந்தப் புகைப்படங்களை எடுத்தேன். அவரைப் புகைப்படம் எடுக்கும்போதும் சரி, அவரோடு பழகும்போதும் சரி, நான் ஒரு ஜென் துறவியுடன் இருப்பதைப்போலவே உணர்ந்தேன். எந்தப் பற்றும் கிடையாது... எந்த முன்முடிவும் கிடையாது... நிகழ்காலத்தில் வாழ்வது என்பார்களே அதை அவரிடம்தான் நான் பார்த்தேன். நண்பர்களிடம் மட்டுமல்ல... குடும்பத்தினரிடமும் அவர் அப்படித்தான் இருந்தார். பத்து மணிக்கு அவர் வெளியே போகப் போகிறார் என்றால் அது அவரது மனைவிக்குக்கூட தெரிந்திருக்காது. அப்படி ஓர் இயல்பு. அதனால்தான் சொல்கிறேன்...

கூட செட் செய்துவிட்டோம். 'ரெடி' என்கிறார் பி.என்.எஸ்.பாண்டியன். பிரபஞ்சன் சொல்கிறார், 'கொஞ்சம் வெயிட் பண்ணுங்க. ஒரு காஃபி சாப்பிட்டுட்டு வந்து ஆரம்பிச்சுக்கலாம்' என்று. காஃபி சாப்பிட்டுவிட்டு வந்த பிறகு அவரது மனம் மாறிவிட்டிருந்தது. ஷூட் எடுக்கவே முடியவில்லை. மொத்த யூனிட்டும் தோல்வியோடு திரும்பி வந்தோம். இப்படித்தான் பதினைந்து முறைக்கும் மேல் முயன்று கடைசியாக இந்தப் படங்கள் அமைந்தன.

ஒரு பழைய துறைமுகத்தில் இந்தப் புகைப்படங்களை நான் எடுத்தேன். உண்மையில் பாண்டிச்சேரி நகரப் பின்புலத்தில் எடுக்கத்தான்

தென்னகத்தில் இருந்துகொண்டு நாம் ஜென் துறவிகளைப் பற்றிப் படித்திருக்கத்தான் முடியும். பார்த்திருக்க முடியாது. அப்படிப் பார்க்க விரும்பியிருந்தால் பிரபஞ்சனைத்தான் நீங்கள் பார்த்திருக்க முடியும்.

இந்தப் புகைப்படங்களை எடுக்கும் முன்பே ஒருமுறை நானும் நண்பர் பி.என்.எஸ். பாண்டியனும் அவரை ஒரு டாக்குமென்டரி எடுப்பதற்காக சென்னைக்குச் சென்றோம். இத்தனைக்கும் அவரிடம் தெரிவித்துவிட்டுத்தான் போனோம். லைட்டிங் எல்லாம்

திட்டமிட்டிருந்தேன். ஆனால் உச்சிவெயிலில் எடுக்கவேண்டி வந்ததால் இந்தப் பின்புலம் சிறப்பானதாக இருந்தது என்றே நான் நினைக்கிறேன். அதோடு அவரது எழுத்துக்களோடு அது பெரிதும் பொருந்திப் போகிறது என்பதாகவே நான் நம்புகிறேன். கடலும் கடல் சார்ந்த இடங்களுமே அவருடைய பாடுபொருட்கள். அது இயல்பாகவே அமைந்துவிட்டது என்று நினைக்கிறேன். மற்ற எழுத்தாளர்களை எடுக்கும்போது திட்டமிட்ட சில இடங்களைத் தேடிப்போய் எடுத்துக் கொடுத்தேன். ஆனால் இது தானாகவே அமைந்தது. பின்நவீனத்துவம், மாடர்னிசம் என்கிற மனநிலைகளையெல்லாம் மீறி அவர் எந்தமாதிரியான மனநிலையில் இருக்கிறாரோ அந்த மனநிலையை நான் புகைப்படத்தில் கொண்டுவந்திருக்கிறேன் என்பதாகவே நினைக்கிறேன். பொதுவாகவே ஆடை அலங்காரத்தில் அதிக சிரத்தை எடுத்துக்கொள்ளக்கூடியவர் அவர். அதை அடையாளப் படுத்தியே நான் அந்தப் புகைப்படங்களை எடுத்தேன். பலமுறை ஒத்துழைக்காது போயிருந்தாலும் இந்தப் புகைப்படங்களை எடுக்கும்போது அவர் என் கைகளில் தன்னைக் கொடுத்துவிட்டார் என்று தான் சொல்லவேண்டும். கச்சிதமாக நான் கேட்டபடியெல்லாம் அவர் ஒத்துழைப்புக் கொடுத்தார்.

நிச்சலனத்தின் நிகழ்வெளி

அவர் சிகரெட் புகைக்கும் புகைப்படங்கள் வேறொரு நாளில் எனது ஸ்டுடியோவில் எடுக்கப்பட்டவை. முதலில் அவர் மறுத்தார். நானும் பி.என்.எஸ்.பாண்டியனும்தான் வற்புறுத்தி இருள் பின்னணி அமைத்து அவரது பிராண்ட் சிகரெட்டை வாங்கிவந்து கொடுத்து அந்தப் புகைப்படத்தை எடுத்தோம். குறிப்பாக அவர் சிகரெட்டைப் பற்ற வைக்கும் புகைப்படம் முற்றிலும் திட்டமிடாதது. 'நான் தயாராவதற்கு முன்பே எடுத்துவிட்டீர்களா இளவேனில்' என்று அவர் ஆச்சர்யப்பட்டார். 'ஆமாம் எனக்கான படத்தை நான் எடுத்துவிட்டேன்' என்று சொன்னேன். 'சரி... இந்த சிகரெட்டையாவது நான் முழுசா பிடிச்சுக்கலாமா' என்று கேட்டார் அவர்.

அவரோடு இருக்கும் பொழுதுகளில் சிரித்துக்கொண்டே இருக்கலாம். தனக்கு முன்னால் இருப்பவன் தீவிர வாசகனா, சாதாரண வாசகனா, சாமான்யனா என்பதாகவெல்லாம் ஒரு பாகுபாடும் பார்க்க மாட்டார். அவர் பேசிக்கொண்டிருப்பதை கேட்டுக்கொண்டே இருக்கலாம். அந்தக் கணங்களில் கேட்டுக்கொண்டிருப்பவர்களை அவர் தன்னோடு ஒரு மாயச்சரடுகொண்டு பிணைத்துக்கொள்வார்.

அவரது இறுதிக் காலத்தில் பி.என்.எஸ்.பாண்டியன்தான் அவரை மருத்துவனையில் கூட இருந்து பார்த்துக்கொண்டார். நான் போய்ப் பார்த்தபோது மகிழ்ச்சியோடு வரவேற்று நலம் விசாரித்தார். கி.ரா.வைப் பற்றி பெரிதும் கேட்டுக்கொண்டார். பின்னாளில் நான் நினைத்துப் பார்க்கும்போது நான் சந்தித்த மற்ற எழுத்தாளர்களைவிடவும் முற்றிலும் வேறுவிதமான ஒரு தொனி பிரபஞ்சனிடம் இருந்தது என்று உணர்கிறேன். எதைப் பற்றியும் கவலைப்படாத; யார்மீதும் பெரிய பற்று வைக்காத வாழும் கணத்தில் வாழ்கிற அந்தத் தன்மை மிகவும் அபூர்வமானது.

4

கல்யாண்ஜி

ஒரே படைப்பாளர் – வண்ணதாசன், கல்யாண்ஜி என்று இரட்டை நாயனம் வாசிக்க முடியுமா என்று கேட்டால் அதுதான் முடிகிறதே... கல்யாண்ஜியைப் பற்றி நினைக்கும்போதெல்லாம் இந்த வியப்பே மேலோங்குகிறது. கல்யாண்ஜியைப் பற்றிப் பேச ஆரம்பித்தால் ஒரு கவிதையிலிருந்துதான் தொடங்கமுடியும். கவிதை எழுதவேண்டும் என்கிற ஆசை துளிர்விடுகிற இளம் பருவத்தில் நான் ஒரு கவிதையைப் படிக்கிறேன்.

'இருந்து என்ன ஆகப்போகிறது
செத்துத் தொலைக்கலாம்
செத்து என்ன ஆகப்போகிறது
இருந்து தொலையலாம்'

நிச்சலனத்தின் நிகழ்வெளி
புதுவை இளவேனில்

அது கவிதையா என்பதெல்லாம் எனக்குத் தெரியாது. ஆனால் அது கையாண்ட செய்தி எனக்குள் பெரும் தாக்கத்தை ஏற்படுத்துகிறது. அவரது கவிதைகள் மிகவும் மென்மையானவை என்பதை நான் சொல்லித் தெரிய வேண்டியதில்லை. கவிதைக்கு கல்யாண்ஜி என்றால் சிறுகதைக்கு வண்ணதாசன். இந்த இரண்டு வேறு வேறு மீடியம்களிலும் தனித்துவம் படைத்தவர் அவர். எப்படி ஒரு மனிதரால் தண்டவாளத்தில் இந்தப் பக்கம் ஒரு கால் அந்தப் பக்கம் ஒரு கால் என்று நடந்து போக முடிகிறது என்று எனக்கு பிரமிப்பாக இருக்கும்.

பொதுவாக எனக்குத் தெரிந்த பல கலைஞர்களின் எழுத்து ஒருவிதமாகவும் படைப்பாளியாக அவரது தன்மை வேறுவிதமாகவும் பழகும்போது முற்றிலும் புதிதான ஒரு நபராகவும் இருப்பதையே நான் பார்த்திருக்கிறேன். இதையும் உடைத்துப்போட்டவர் கல்யாண்ஜிதான். ஒருநாள் கி.ரா சொன்னார், நாளைக்கு கல்யாணி வருகிறார் என்று. அடுத்தநாள் நான் வழக்கம்போல கி.ரா. வீட்டுக்குப் போகிறேன். கல்யாண்ஜியும் அவரது துணைவியும் வந்திருக்கிறார்கள். அப்போதுதான் 'ஆனந்த விகடன்' பத்திரிகையில் கல்யாண்ஜியின் தாமிரபரணி நதிக்கரைக் கல்மண்டபப் பின்புலத்தில் தேனி ஈஸ்வர் எடுத்த புகைப்படம் ஒன்றைப் பார்த்திருந்தேன் என்பதனால் அவரை இனங்காண்பது சிரமமாக இருக்கவில்லை. கி.ரா, அவருக்கு என்னை 'பாபு' என்று அறிமுகம் செய்துவைக்கிறார். கல்யாண்ஜி முகத்தில் ஒரு சம்பிரதாயப் புன்னகை. நான் மெதுவாக நான்தான் போட்டோகிராஃபர் இளவேனில் என்று என்னை அறிமுகப்படுத்திக் கொள்கிறேன். அவர் முகத்தில் பெரும் மாற்றம். அவர் என் கைகளை அழுத்திப் பிடித்துக்கொள்கிறார். மிக மிக மென்மையான கைகள். ஒரு பெண்ணின் ஸ்பரிசம் பட்டதுபோல நான் சிலிர்த்துப்போனேன். அவரது கவிதைகளில் கண்ட மென்மை அவரது இயல்பிலேயே உள்ள தன்மை என்பதே அந்த கணத்தில் எனக்கு விளங்கியது. இவ்வளவு மென்மையான இன்னொரு ஆணை நான் இன்றைக்கு வரைக்கும் சந்தித்ததேயில்லை.

நான் அவரை ஒரு புகைப்படம் எடுக்கிறேன். இரண்டொரு நாட்களில் அந்தப் புகைப்படத்தை அவருக்கு அனுப்பி வைக்கிறேன். ஆனால் அவரிடமிருந்து வந்த செய்தி உவப்பானதாக இருக்கவில்லை. அவர் கி.ரா.வுக்கு ஒரு கடிதம் எழுதுகிறார். ‘இளவேனில் மாதிரி ஒரு நல்ல போட்டோகிராஃபர் எடுத்த புகைப்படத்தில் கூட நன் அழகாக இல்லையென்றால் இந்த முகத்தை வைத்துக்கொண்டு நான் என்ன செய்ய’ என்று. அவருக்குப் பிடித்தமாதிரி எடுக்க முடியாமல் போய்விட்டதே என்று எனக்கு மிகவும் கூச்சமாக இருக்கிறது.

இந்தச் சம்பவம் நிகழ்ந்து கிட்டத்தட்ட பத்து வருடங்கள் கழித்து கலாப்பிரியாவின் விழா ஒன்றில் கலந்து கொள்வதன் பொருட்டு கல்யாண்ஜி பாண்டிச்சேரிக்கு வருகிறார். பாண்டியில் எனக்குப் பிடித்த இடம் பாண்டி மெரீனா என்கிற கடற்கரை. எனக்குப் பிடித்த இடத்தில் எனக்குப் பிடித்த கவிஞரைப் புகைப்படம் எடுக்கலாமே என்று தோன்றிற்று. மாலை ஆறு மணி. அவருக்கு மாற்று உடை கூட கிடையாது. அவரை அங்கே சில

படங்கள் எடுத்தேன். வெகு சில படங்கள்தான் எடுக்க முடிந்தது. எனக்குப் பிடித்த படங்கள் ஐந்துதான் தேறியிருக்கும். அவற்றை அவருக்கு அனுப்புகிறேன். இந்தமுறை அந்தப் படங்கள் அவருக்கு மிகவும் பிடித்திருந்தன. முகநூலில்கூட அவற்றைப் பற்றி நல்ல பதிவு ஒன்றை எழுதினார். நான் எடுத்த ஒரு நல்ல படம் அவருக்குக் கிடைத்துவிட்டது என்கிற திருப்தி எனக்கு.

அவரது 'நிலா பார்த்தல்' தொகுப்பு எல்லோரும் படிக்கவேண்டியது என்பது என் கருத்து. நிலாவை வர்ணிக்காத கவிஞர்கள் கிடையாது. சங்க இலக்கியத்திலிருந்து முக்குச் சந்து கத்துக்குட்டிகள் வரை நிலாவை ரசிக்கவும் அதை வர்ணிக்கவும் செய்திருக்கிறார்கள். ஆனால் கல்யாண்ஜியின் நிலா பார்த்தல் இருக்கிறதே, அதை வாசிப்பவர்கள்தான் நிலாவை வேறு விதமாக எப்படிப் பார்க்கலாம் என்பதை உணர முடியும்.

நிச்சலனத்தின் நிகழ்வெளி

புதுவை இளவேனில்

வரப்போகும் விருந்தினர்க்காக
அதிகப்படி காய்கறி
வாங்கிவரப் போகையில்
தற்செயலாக நிலா
தலைக்குமேல் விழுந்தது.

ரயில் வண்டியின் குலுங்குகிற
ராத்திரி விழிப்பில்
கண்ணாடி ஜன்னல் வழி
கலங்கித் தெரிந்தது
நீரற்ற ஆற்றுமணல் மேல்
நிலா.

மரணத்திலிருந்து
தப்பித்த கண்கள்
மருத்துவமனைக் கட்டிலில்
உறங்க,
கனக்கும் மனத்துடன்
நிசியில் வெளிவந்து
நின்றபோது
வேப்பமரக் கிளைகளுக்கிடையில்
நிலா அசைந்தது.

நண்பனின் அறையிலிருந்து
திரும்பும் போது ஏற்பட்ட
திடீர் வெறுமையில்,
நிச்சயமற்ற தெருக்களில்
நீண்டநேரம் நடந்து
வீட்டைத் தொடுகையில்
பூட்டிய கதவை
நிலவும் தட்டியது.

மின்வெட்டில் விசிறி
சுழற்சியை நிறுத்த
காற்றைத் தேடி
இருட்டுக்குள் துளாவி
கைப்பிடிச் சுவரில்
முகம் பதித்த போது
நிலா வீசியது
சில நட்சத்திரங்களை.

தானாக இப்படித்
தட்டுப்பட்டது தவிர
நிலாவைப் பார்க்க என்றுபோய்
நிலா பார்த்து நாளாயிற்று.

இது அவரது ரசவாதம்தான்.

வெளியே சொல்லாவிட்டாலும் பல கவிஞர்களுக்குள் ஒருவித பிம்பத்தை அவர் உருவாக்கிக்கொண்டேதான் இருக்கிறார் என்பதாகவே நான் நம்புகிறேன். தன்னுடைய கடைசி நொடிவரைக்கும் அவரது பேனாவைப் பிடிக்கிற விரல்களிலிருந்து கவிதை சொட்டிக்கொண்டே இருக்கும் என்று நான் உறுதியாகச் சொல்வேன். எப்போதும் எழுதிக்கொண்டே இருக்கும் விரல்கள் அவருடையவை. எல்லோரும் கவிதையை எழுதுகிறார்கள். ஆனால் அவர் சிந்திப்பதே கவிதையாகத்தான். இதை நீங்கள் வாசிக்கிற இந்த நேரத்தில்கூட அவர் ஒரு கவிதையை எழுதிக்கொண்டுதான் இருப்பார்.

5

நாஞ்சில் நாடன்

எழுத்தாளர் நாஞ்சில்நாடனைப் புகைப்படம் எடுக்க வேண்டும் என்கிற என் ஆசை நீண்ட நாட்களாகவே தள்ளிப்போய்க்கொண்டேயிருந்தது. உண்மையில் அவரைப் பற்றிய டாகுமெண்டரி ஒன்றை எடுக்கவேண்டும் என்பதே என் கனவாக இருந்தது. அதற்கான ஸ்கிரிப்ட்டின் வடிவத்தைக்கூட தீர்மானித்திருந்தேன். 'ஆவநாழி' ஆசிரியரிடம் இதைச் சொன்னபோது அவரும் உற்சாகமானார். நான் தீர்மானித்திருந்த வடிவத்துக்கு நாஞ்சில்நாடன்தான் மிகக் கச்சிதமாகப் பொருந்துவார் என்பதே நிஜம். இந்தக் காரணத்தாலேயே ஷூட் தள்ளிப்போய்க்கொண்டேயிருந்தது. போனோமா, எடுத்தோமா, வந்தோமா என்று அதைச் செய்ய முடியாது. பெரும் திட்டமிடலும் நேரமும் நாஞ்சில்நாடனின் ஒத்துழைப்பும் என சகலத்தையும் கோரிய யோசனை அது.

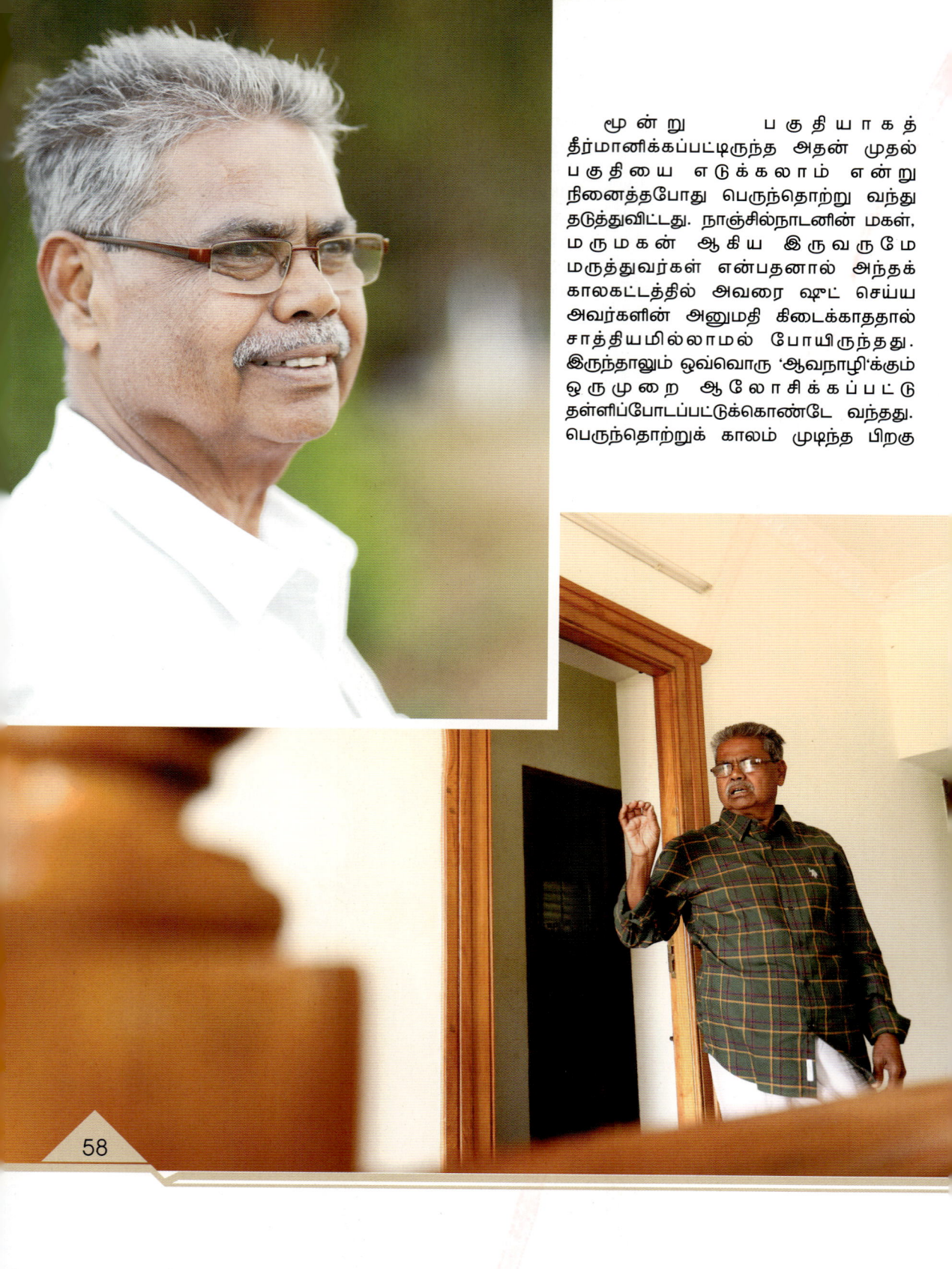

மூன்று பகுதியாகத் தீர்மானிக்கப்பட்டிருந்த அதன் முதல் பகுதியை எடுக்கலாம் என்று நினைத்தபோது பெருந்தொற்று வந்து தடுத்துவிட்டது. நாஞ்சில்நாடனின் மகள், மருமகன் ஆகிய இருவருமே மருத்துவர்கள் என்பதனால் அந்தக் காலகட்டத்தில் அவரை ஷூட் செய்ய அவர்களின் அனுமதி கிடைக்காததால் சாத்தியமில்லாமல் போயிருந்தது. இருந்தாலும் ஒவ்வொரு 'ஆவநாழி'க்கும் ஒருமுறை ஆலோசிக்கப்பட்டு தள்ளிப்போடப்பட்டுக்கொண்டே வந்தது. பெருந்தொற்றுக் காலம் முடிந்த பிறகு

எடுக்கலாம் என்றால் என்னுடைய பணிச்சுமையும்கூட சில நேரங்களில் அதற்குத் தடையாக இருந்தது. நான் கோவைக்குப் புறப்படலாம் என்று திட்டமிடுகிற ஒழிவு தினங்களில் நாஞ்சில்நாடன் ஊரில் இருக்கமாட்டார். அவர் கொடுக்கிற தினங்களில் எனக்கு நகர முடியாத வேலை இருக்கும்.

இப்படித் தள்ளிப்போய்க்கொண்டே வந்த ஷூட் சில விட்டுக்கொடுத்தல்களோடு வெறும் ஃபோட்டோ ஷூட்டாக திட்டமிடப்பட்டு ஒருவழியாகக் கோவை செல்ல முடிந்தது. பொதுவாக நான் யாரை ஃபோட்டோ எடுத்தாலும் அதில் புகைப்படக் கலைஞனின் கைவண்ணம் தனியாகத் தெரியவேண்டும் என்கிற விஷயத்தில் கவனமாக இருப்பேன். நாஞ்சில்நாடன் எப்போதும் ஷர்ட்டை இன்செர்ட் செய்து பெல்ட் அணிந்து ஆஃபீஸ் போகும் தோற்றத்திலேயே காணப்படுவார் என்பதனால் அவரை முற்றிலும் வேறாகப் புகைப்படம் எடுக்கவேண்டும் என்று தீர்மானித்திருந்தேன். அது சாத்தியமா என்பதில் எனக்குப் பெரும் சந்தேகம் இருந்தது. ஆனால் நான் எதிர்பார்த்ததை விடவும் நாஞ்சில்நாடன் எனக்குப் பெரும் ஒத்துழைப்பளித்து ஆச்சர்யப்பட வைத்தார்.

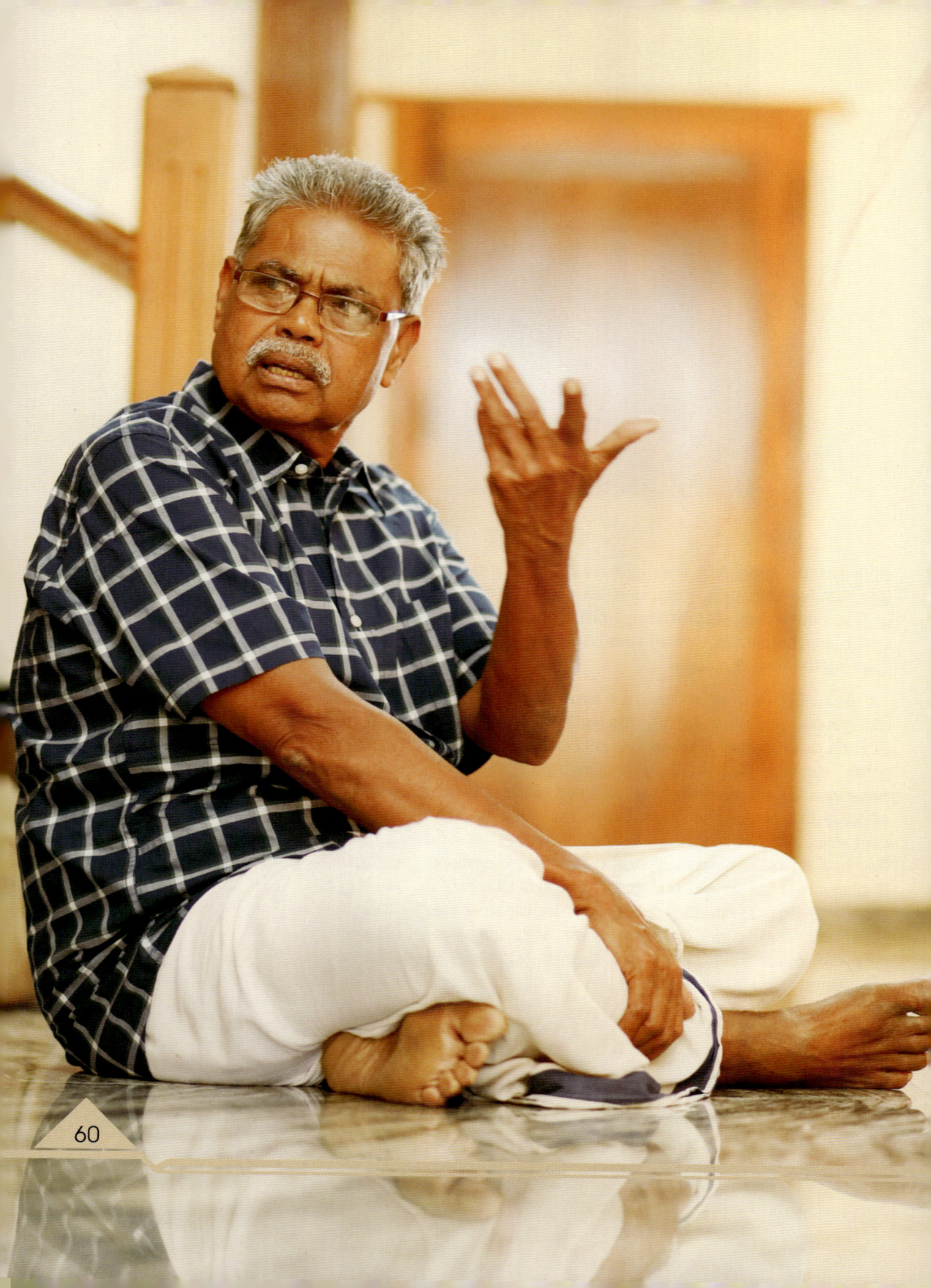

கோவையில் 'ஆவநாழி' ஆசிரியர் சுதேசமித்திரனும் உதவி ஆசிரியர் அரவிந்த் வடசேரியும் எங்களுடன் இணைந்துகொண்டார்கள். மதியம் வரை நாஞ்சில்நாடனின் வீட்டிலும் பிறகு அவரது மகள் வீட்டிலும் புகைப்படங்கள் எடுத்தோம். வேறு வேறு சட்டைகள் உடுத்தினாலும் வேட்டி கட்டிய நாஞ்சில் நாடனையே நான் எடுக்க விரும்பினேன். என் விருப்பப்படியே எடுக்க முடிந்தது ஆச்சர்யம்தான்.

ஷூட் முழுக்க நாஞ்சில்நாடன் இலக்கிய விசாரங்களை சுதேசமித்திரனோடும் அரவிந்த் வடசேரியோடும் பேசிக்கொண்டேயிருந்தார். அவரது வேறு வேறு முகபாவங்களைப் படமெடுக்க அது பெரும் உதவியாக இருந்தது. போஸ் கொடுப்பது என்கிற வழக்கமான பாணியை உதறி இயல்பான படங்களாக அவை அமைந்தன.

மாலை மூன்று மணிக்குப் பிறகு அவுட்டோர் என்று தீர்மானித்திருந்தோம். சுதேசமித்திரனின் நண்பர் பாலசுப்பிரணியத்தின் தோட்டம் பேரூருக்கு அருகில் காளம்பாளையம் என்கிற கிராமத்தில் இருக்கிறது. மிகச் செழிப்பான தோட்டம். அந்தப் பின்னணியில் சில புகைப்படங்களை எடுத்தோம். அருகில் புகழ்பெற்ற தொன்மையானதொரு பெரிய கோவில் இருக்கிறது என்றும் அங்கே புகைப்படம் எடுக்க அனுமதி உண்டா என்பது தெரியவில்லை என்றும் சுதேசமித்திரன் சொன்னார்.

கோவில் மிக அற்புதமாக இருந்தது. கற்கோவில். அங்கே எடுக்க முடிந்திருந்தால் அருமையான புகைப்படங்கள் கிடைத்திருக்கும். ஆனால், அதன் பிராகாரத்தில் காமிராவை வெளியே எடுத்தபோது கோவில் பணியாளர் அனுமதியில்லை என்று தடுத்தார். எங்களில் ஒருவர் அலுவலகத்திற்குச் சென்று நிர்வாக அதிகாரியைப் பார்த்துப் பேசிவிட்டு, தோல்வியோடு திரும்பினார். அந்த அதிகாரிக்கு நாஞ்சில்நாடன் என்றால் யார் என்பதே தெரிந்திருக்கவில்லை. தன்னை ஒரு குற்றவாளியைப் போலப் பார்த்தார் என்று வருத்தத்துடன் தெரிவித்தார் அவர். தன்னுடைய தந்தையும் ஒரு கோவில் அதிகாரியாக இருந்தவர் என்பதனால் அந்த அதிகாரியின் போக்கு அவரை மிகவும் வருத்தியிருந்தது. ஒரு தேசிய விருது பெற்ற எழுத்தாளர் என்று சொன்னபோதுகூட அந்த அதிகாரி, 'அதற்கு?' என்று அலட்சியமாக பதில் சொன்னார் என்று வருத்தத்துடன் சொன்னார்.

எனக்கு உடனே ஏதாவது செய்தாகவேண்டும் என்று வந்தது. ஒரு விஐபியைத் தொடர்புகொண்டு உதவி கோரவேண்டும் என்று விரும்பினேன். ஆனால் நாஞ்சில்நாடன் ஒப்புக்கொள்ளவில்லை. 'அது தவறு, உடனே புறப்பட்டுவிடலாம்' என்று கிளம்பிவிட்டார்.

அதே ஊரில் இன்னொரு பழைய கோவில் இருப்பதாக சுதேசமித்திரன் தெரிவித்தார். முதல் கோவிலைப்போல இல்லாமல் அது ஓர் அழகான மிகப் பழமையான சுதைக் கோவில். முந்தைய கோவிலைப்போல கூட்டமோ ஆளரவமோ இல்லாத அமைதியான கோவில். கோவிலில் இருந்த அர்ச்சகரிடம் அனுமதி கேட்டுக்கொண்டு புகைப்படங்கள் எடுக்க ஆரம்பித்தேன். அந்தக் கோவிலில் சிலைக்கடத்தல் தடுப்புப் பிரிவின் சிலைக் காப்பகம் ஒன்றும் இருந்தது. அதற்குக் காவலாக ஓர் இளம் பெண் காவலர் இருந்தார். அவர் நாங்கள் புகைப்படம் எடுப்பதைப் பார்த்துக் கொண்டிருந்தார். அவரிடம் பேச்சுக்கொடுத்தபோது ஓர் அதிசயம்போல அது நிகழ்ந்தது. நாங்கள் புகைப்படம் எடுப்பது நாஞ்சில்நாடனை என்பதை அறிந்ததும் அவர் மிகுந்த மரியாதையோடு எழுந்து வந்து, தான் அவருடைய வாசகி என்பதாக அறிமுகம் செய்துகொண்டு தன் மகிழ்வையும் தெரிவித்துக் கொண்டார். நாஞ்சில்நாடன் நெகிழ்ந்துபோனதை என்னால் பார்க்க முடிந்தது.

எனக்கு ஒன்றுதான் புரியவில்லை, உதவி ஆணையர் அந்தஸ்தில் இருக்கும் ஓர் அதிகாரிக்கு ஒரு புகழ்பெற்ற தமிழ் எழுத்தாளரின் பெயர்கூடத் தெரிந்திருக்கவில்லை. ஒரு தேசிய விருதாளரை மதிக்கவேண்டும் என்கிற அடிப்படை மரியாதைகூட அவரிடம் இல்லை. ஆனால் ஒரு சாதாரண காவலர் அவரை இனங்கண்டு அறிமுகம் செய்துகொள்கிறார்.

என்னே ஒரு தமிழ்ச் சூழல்..!

6

விக்ரமாதித்யன்

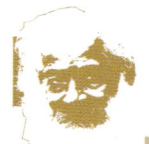

ஒரு கவிதை வரி... 'பாவாடைக்குள் ராஜ்ஜியம்'. இந்த வரி என்னை பகிரங்கமாகத் தாக்குகிறது. எழுதியவர் பெயர் விக்ரமாதித்யன். அவர் யார், என்ன வயது என்று எதுவுமே அப்போது தெரியாது. ஆனால் அந்த வரியாக அவர் எனக்குள் நிறைகிறார். இப்படியெல்லாம் ஓர் ஆள் எழுதுகிறாரே என்று வியப்பாக இருக்கிறது.

இந்தச் சமயத்தில் எனக்கு அருளப்பன் என்று ஒரு நண்பர் கிடைக்கிறார். அவர் இந்தியத் தத்துவங்களை ஆழமாகப் படித்தவர். பெரும் தத்துவவாதி. பிரம்மச்சாரியும்கூட. சென்னைப் பல்கலைக்கழக ஆங்கிலத்துறைப் பேராசிரியர் அழகரசனின் அண்ணன் அவர். அவரது அறையில்தான் நான் விக்ரமாதித்யனின் புத்தகத்தையும் இந்த வரியையும் முதலில் காண்கிறேன். அருளப்பன் விக்ரமாதித்யனின் தீவிர வாசகர் என்பதனால் என் ரசனையும் அவரோடு ஒத்துப்போகிறது என்கிற

காரணத்தால் அவரோடு நான் நெருங்கிப் பழக அதுவே வாய்ப்பாக அமைந்தது. ஆக எனக்கு யாரென்றே தெரியாத விக்ரமாதித்யனின் கவிதையின் மூலமாக எனக்கு ஒரு நல்ல நண்பர் அமைகிறார். அவர் தற்போது இல்லை என்றபோதும் என் நினைவுகளில் அவருக்கென்று ஒரு தனி இடம் இருக்கவே செய்கிறது.

இதன்பிறகு சென்னையில் காயிதேமில்லத் கல்லூரி வளாகத்தில் புத்தகக்காட்சிக்குப் போகிறேன். உடன் நண்பன் முருகன். புத்தகக்காட்சிக்குப் போனால் நாள் முழுக்க அங்கேயே சுற்றிக்கொண்டிருக்கிற வழக்கம் அப்போது இருந்தது. ஆனாலும் ஒரு புத்தகம்கூட வாங்க மாட்டேன். ஏனென்றால் என்னிடம் காசே இராது. அதனால் கண்காட்சியிலிருந்து வெளியே வந்ததும் பிளாட்ஃபாரத்தில் கிடைக்கும் அரதப் பழைய புத்தகங்களை சல்லிசான விலையில் ஆவலாக வாங்குவேன். அந்தக் கல்லூரியில் உள்ளே நுழைந்ததுமே ஒரு மரத்தைச் சுற்றி மேடை காணப்படும். அந்த மேடையில் காவி வேட்டி, கசங்கிய அழுக்குச் சட்டை சகிதமாக ஒரு மெல்லிய உருவம் படுத்திருப்பதைப் பார்த்தேன். முகமெல்லாம் பேணப்படாத முடி அதன் மீது மண் அப்பிக் கிடக்கிறது. பார்த்த மாத்திரத்திலேயே முருகன் சொல்லிவிட்டான், 'டேய் இவர்தாண்டா கவிஞர் விக்ரமாதித்யன்' என்று.

அதோடு சரி, பின்னாளில் நான் புகைப்படக் கலைஞனாக ஆனபிறகு ஒருமுறை குற்றாலம் போவதாக திட்டமிடுகிறோம். நான் முருகன் உடன் என் நண்பர் பி.என்.எஸ்.பாண்டியன் ஆகிய மூவரும் காரில் கிளம்புகிறோம். அங்கே யாரையெல்லாம் பார்க்கலாம் என்று ஆலோசித்தால் எல்லோருமே சொல்கிற பெயர் விக்ரமாதித்யன்தான். அவர் ஊரிலிருந்தாலும் சரி இல்லாவிட்டாலும் சரி அவருக்கு ஒரு ஃபுல் பாட்டிலை வாங்கிப்போகவேண்டும் என்று தீர்மானித்து ஒரு நல்ல உயர்தரமான மதுப்புட்டியை வாங்கிக்கொண்டேன். மனதிற்குள் ஒரே உற்சாகம். எனக்குப் பிடித்த ஒரு கவிஞரை நான் நேரில் சந்திக்கப் போகிறேன் என்கிற பரவசம்.

தென்காசியில் அவரது வீட்டுக்குப் போகிறோம். அப்போதுதான் அவரை முதல் முறையாகச் சந்திக்கிறேன் என்றபோதும் அவரும் என்னை அறிந்துவைத்திருந்தார் என்பதை உணர்ந்து ஆச்சர்யமாக இருந்தது. பார்த்ததுமே அப்படி ஒரு அன்னியோன்னியமாகப் பழக ஆரம்பித்துவிட்டார். அவர் கவிதைகளை நான் வாசித்த அனுபவத்தின் அதிர்வினால்தான் அப்படி நேர்ந்ததாகவே நான் நினைக்கிறேன். அப்படியே கட்டிப்பிடித்துக்கொண்டார். அத்தனை அன்பு.

அவரது மனைவி அப்போது வெளியே வந்தார். எனக்கு கி.ரா.வையும் அம்மாவையும் இணைத்து ஜோடிப் புகைப்படங்கள் எடுத்த அனுபவம் இருந்ததனால் அந்த வயதான ஜோடியையும் இணைத்து புகைப்படம் எடுக்க வேண்டும் என்று விரும்பினேன். அவர்கள் ஒருவரை ஒருவர் பார்ப்பதுபோல எடுக்கவேண்டும் என்பது என் திட்டம். 'அம்மா நீங்கள் அப்பாவின் முகத்தைப் பாருங்கள்' என்று சொல்கிறேன். அவரும் பார்க்கிறார். பார்த்தால், விக்ரமாதித்யனோ அவரை ரொமான்ட்டிக்காகப் பார்த்துக் கொண்டிருக்கிறார். அவ்வளவுதான் அம்மா வெட்கப்பட்டு முகத்தை மூடிக்கொண்டுவிட்டார். அந்தக் கணத்தைப் பதிவு செய்துவிட்டேன். பின்னொருநாளில் அது வெளிவந்த ஏதோவொரு புத்தகத்தைப் பார்த்துவிட்டு விக்ரமாதித்யன் இரவு பன்னிரண்டு மணிக்கு எனக்கு போன் செய்து, 'இளவேனில் அந்தப் படத்த எப்படிய்யா எடுத்த?' என்று வியந்துபோனார்.

நச்சலனத்தின் நிகழ்வெளி
புதுவை இளவேனில்

இப்போதும் யாராவது அவரிடம் புகைப்படம் கேட்டால் அவர் என் எண்ணைக் கொடுத்துவிடுவார். இத்தனைக்கும் அவருக்கு அமைந்திருக்கும் அருமையான படங்களின் பட்டியலில் நான் எடுத்தது பெரிதாக ஒன்றுமேயில்லை. அவரது கரிசனம் அப்படி. சமீபத்தில்கூட கேரளாவிலிருந்து ஒரு பத்திரிகையாளர் என்னை அழைத்து விக்ரமாதித்யன் உங்கள் எண் கொடுத்தார். புகைப்படம் வேண்டும் என்று கேட்டார். நான் அவரிடம் சொன்னேன், 'சார், நான் அவரை எடுத்ததே ஏழெட்டு படங்கள்தான் இருக்கும்' என்று. ஏனென்றால் சூரியன் மயங்குகிற ஒரு மாலை நேரத்தில் அப்ரெச்சரை நன்றாக ஓப்பன் செய்து எடுக்கப்பட்ட படங்கள் அவை. போட்டோ எடுப்பதற்கான லைட்டிங்கே இல்லை. ஆனால் எடுத்தாக வேண்டிய கட்டாயத்தில் அவற்றை எடுத்தேன். அவரது கவிதைகள்தான் அவரைப் புகைப்படம் எடுக்க என்னைத் தூண்டுகின்றன. அந்தக் கவிதைகளால்தான் இந்தப் புகைப்படங்கள் அமைந்தன.

நண்பர் சுதேசமித்திரனுடன் பேசிக்கொண்டிருந்தபோது அவர் முதன்முதலில் விக்ரமாதித்யனைச் சந்தித்த சம்பவத்தைச் சொன்னார். 'ஆரண்யம்' இதழுக்காக தொன்னூறுகளின் இறுதியில் கவிதை பெற கவிஞர் ராஜமார்த்தாண்டனை சந்திக்க ராயப்பேட்டையில் இருந்த அவரது எளிய அறைக்குச் சென்றிருந்தார். அங்கே குவிந்து கிடந்த புத்தகங்களுக்கு மத்தியில் படுத்து உறங்கிக்கொண்டிருந்தார் விக்ரமாதித்யன். விழித்துக் கொண்டதும் ராஜமார்த்தாண்டன், சுதேசமித்திரனை விக்ரமாதித்யனுக்கு அறிமுகப்படுத்தினார். புதிய இதழுக்குக் கவிதை தாருங்கள் என்று கேட்டார் சுதேசமித்திரன். விக்ரமாதித்யன் சற்றும் தாமதிக்கவில்லை, தன் சட்டைப் பைக்குள் கையை விட்டு நான்கு காகிதங்களை எடுத்துக் கொடுத்தார். அந்த நான்கிலும் நான்கு புதிய கவிதைகள் இருந்தன. 'இப்படி போகிற இடத்தில் கிடைக்கிற காகிதத்திலெல்லாம் கவிதைகள் எழுதி சட்டைப் பையிலேயே வைத்திருந்து கேட்பவர்களுக்குக் கொடுத்துவிடக்கூடியவர் விக்ரமாதித்யன்' என்று அவர் சொன்னார். இதில் முக்கியமான செய்தி என்னவென்றால், அந்தக் கவிதைகளின் பிரதிகூட அவரிடம் இராது.

நச்சலனத்தின் நிகழ்வெளி
புதுவை இளவேனில்

மற்ற கவிஞர்களுக்கும் விக்ரமாதித்யனுக்கும் உள்ள வித்தியாசத்தை கவனித்துப் பாருங்கள். நீங்கள் எதை நினைத்தீர்களோ அதை அவர் கவிதையாக்கியிருப்பார். நீங்கள் எழுதினால் அது அப்படி வராது. அவர் எழுதினால்தான் அவ்வளவு எளிமையான சொற்களில் அதைக் கவிதையாக ஆக்க முடியும். அதனால்தான் அவர் ஆசுகவி. என்னைப் பொருத்தவரை அவர் ஒரு மகாகவி.

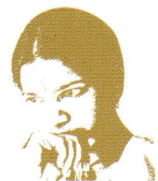

7

கனிமொழி கருணாநிதி

புதுவையில் ஒரு கலை இலக்கியப் பெருமன்றக் கூட்டம். அதில் கலந்துகொள்ள வருகிறார் அன்புச் சகோதரி கனிமொழி. பெருமன்றச் செயலாளர் திரு.சிவகுமாரிடம் என்னைப் பற்றி விசாரிக்கிறார். அதற்குமுன் நான் ஒரே ஒருமுறை அவரை சந்தித்திருக்கிறேன். சென்னையில் வைத்து எழுத்தாளர் ரவிக்குமார் மற்றும் காலச்சுவடு கண்ணன் ஆகியவர்களோடு. அவர் என்னை நினைவு வைத்திருப்பார் என்று நான் அந்தச் சந்திப்பின் முடிவில் எதிர்பார்க்கவேயில்லை. சிவகுமார் என்னை நன்கு அறிந்தவர் என்பதனால் என்னை அழைத்து மேடம் வந்திருக்கிறார். உங்களைப் பார்க்க வேண்டும் என்று சொல்கிறார். 'எதற்கும் கையில் கேமராவோடு வந்து சேருங்கள்' என்று தெரிவிக்கிறார்.

நிச்சலனத்தின் நிகழ்வெளி

புதுவை இளவேனில்

ராம் இன்டர்நேஷனல் ஹோட்டலில் அவரை சந்திக்கப் போய்ச் சேர்கிறேன். பெண்களைக் கொண்டாடும் விதமாகக் கலை இலக்கியப் பெருமன்றம் ஏற்பாடு செய்திருக்கும் நிகழ்ச்சிக்காக கனிமொழி மேடம் வந்திருக்கிறார் என்பதை அங்கேதான் அறிகிறேன். விழா முடியும் வரை காத்திருக்கிறேன். முடிந்ததும் அவரை அறையில் சந்திக்கிறேன். அவர் அனுமதியோடு சில புகைப்படங்களை எடுக்கிறேன். அவர் மிகுந்த அன்போடு என்னிடம் உரையாடுகிறார். எனக்கு மிகுந்த ஆச்சர்யம். அவர் எங்கோ உயரத்தில் இருப்பவர். நானோ இருக்குமிடம் தெரியாமல் இருக்கும் ஒரு சாதாரண புகைப்படக் கலைஞன். அவர் என்னை அழைத்து புகைப்படம் எடுக்கச் சொல்கிறார் என்றால் அது என் வாழ்வில் எவ்வளவு பெரிய தருணம்... இருந்தாலும் எனக்கு ஒரு மனக்குறை. அப்போது நான் எடுத்த புகைப்படங்கள் இன்டோரில் எடுக்கப்பட்டதனால் ஒரு போதாமையை நான் உணர்ந்தேன். கனிவான அவரது பேச்சு கொடுத்த தைரியத்தில் மிகுந்த தயக்கத்தோடு, 'இந்தப் புகைப்படங்கள் அவ்வளவு திருப்தியாக இல்லை. அவர் விரும்பினால் அவுட்டோரில் அவரைப் புகைப்படம் எடுக்க விரும்புகிறேன்' என்று தெரிவித்தேன். நானே எதிர்பாராத வண்ணம், உடனே ஒப்புக்கொண்டார்.

நிச்சலனத்தின் நிகழ்வெளி
புதுவை இளவேனில்

பாண்டிச்சேரியில் இப்போது ஆரோவில் பீச் என்று பலரும் வந்துபோகும் கடற்கரை ஒன்று இருக்கிறது. அந்த நாட்களில் அப்படியொரு பீச் இருப்பதே பலருக்கும் தெரியாது. வெறும் கடல்காடு. அந்தப் பக்கத்து மீனவ கிராமத்து ஆட்களைத் தவிர வேறு ஆளரவமே இராது. அந்தக் கடற்கரையில் சில புகைப்படங்களை எடுக்கிறோம். எனக்கு ராஜபவன் பாலா என்றொரு நண்பர். அவர் எங்களுக்கு உதவியாக இணைந்துகொள்கிறார். ஒருசில புகைப்படங்கள் எனக்கே திருப்திகரமாக அமைகின்றன.

ஷூட் முடிந்ததும் நாங்கள் திரும்பி நடந்து வருகிறோம். அவர் நடந்து வருவதைப் பார்த்து அவரது கார் டிரைவர் அவசரமாக காரை எடுத்துக்கொண்டு வந்து கடற்கரை மணலில் இறக்கிவிட்டார். மணலில் கார் மாட்டிக்கொண்டுவிட்டது. கிளப்ப முடியவில்லை. எங்கள் பிரயாசையைப் பார்த்துவிட்டு அந்தப் பக்கத்து மீனவர்கள் வந்து சேர்ந்தார்கள். வந்திருப்பது யார் என்பது தெரிந்ததும் அவர்கள் நாங்கள் எதிர்பாராத ஒரு காரியத்தைச் செய்தார்கள். அத்தனை பேரும் சேர்ந்து காரை அலேக்காகத் தூக்கிக்கொண்டுவந்து மரக்காணம் ரோட்டில் இறக்கி வைத்துவிட்டார்கள். அப்போது அந்த ரோட்டுக்கு 'ECR ரோடு' என்கிற பெயர் வந்திருக்கவில்லை. அதைத் தொடர்ந்து அவர் மிகுந்த சந்தோஷத்தோடு விடைபெற்றுப் புறப்பட்டுச் சென்றார்.

பின்னொரு நாளில் 'மாத்யமம்' மலையாள வாரப் பத்திரிகைக்காக தமிழகத்தில் உள்ள பிரபலங்களையெல்லாம் நான் புகைப்படம் எடுத்துக்கொண்டிருந்த காலத்தில், 'மாத்யம'த்திலிருந்து T.T.ராமகிருஷ்ணன் என்னைத் தொடர்பு கொண்டு, 'தற்போதைய தமிழக எதிர்க்கட்சித் தலைவர் கலைஞர் கருணாநிதியைப் பேட்டி காண்கிறேன், நாளை காலை ஏழு மணிக்கு அப்பாயின்ட்மென்ட் கிடைத்திருக்கிறது. நீங்கள் வந்து புகைப்படம் எடுக்க முடியுமா?' என்று கேட்கிறார். அப்போதே மாலை ஏழு மணி. அடித்துப் பிடித்துக் கிளம்பிப் போகிறேன்.

நிச்சலனத்தின் நிகழ்வெளி
புதுவை இளவேனில்

போனால் ஓர் இன்ப அதிர்ச்சி. அங்கே கனிமொழி மேடம்தான் என்னை முதலில் பார்த்தார். 'வாங்க இளவேனில்' என்று என்னை அவரே அழைத்துப்போய் தன் தந்தையிடம் அறிமுகப்படுத்தி வைத்தார். 'இவர் ஒரு புகைப்படக் கலைஞர் அதோடு கவிஞரும்கூட' என்று அவர் சொன்னதும் கலைஞர், 'அப்ப நான் யார்?' என்று குறும்பாகக் கேட்டுப் புன்னகைத்தார். அதைத் தொடர்ந்து நான் அவரை எடுத்த புகைப்படங்கள் 'மாத்ருபூமி' இதழில் வெளிவந்தன. அந்தப் புகைப்படங்களில் ஒன்று வைரலானது. கலைஞர் கையில் கேமராவுடன் இருக்கும் விதமாக நான் எடுத்த அந்தப் புகைப்படத்தை அவரது பிறந்தநாளன்று கனிமொழி மேடம் தன் பக்கத்தில் பகிர்ந்திருந்தார். அந்தப் புகைப்படங்கள் எடுக்க எனக்கு முழு ஒத்துழைப்புக் கொடுத்தது கனிமொழி மேடம்தான். அவரில்லாவிட்டால் அவ்வளவு சுதந்திரமாக என்னால் புகைப்படம் எடுத்திருக்க முடியாது. அந்தத் தருணத்தில் நான் கலைஞரோடு ஒரு புகைப்படம் எடுத்துக்கொள்ள விரும்பினேன். கொஞ்சமும் தயங்காமல் நான் எடுத்துத் தருகிறேன் என்று அவரே கேமராவை வாங்கி புகைப்படம் எடுத்துக் கொடுத்தார்.

இப்படித் தொடர்ந்த அவருக்கும் எனக்குமான பந்தம், கி.ரா.வின் இறப்புவரை அதேவிதமாகத் தொடர்ந்தது. கி.ரா. மீதும் மிகுந்த அன்புகொண்டிருந்தார் கனிமொழி மேடம். ஒருமுறை கி.ரா.வுக்கு மிகவும் உடல்நிலை மோசமாக இருந்தபோது நான் அவரைத்தான் அழைத்தேன். 'என்ன ட்ரீட்மெண்ட் செய்யவேண்டுமோ அதைத் தயங்காமல் செய்யுங்கள். எல்லாவற்றையும் நான் பார்த்துக்கொள்கிறேன்' என்று பக்கபலமாக நின்றார் அவர். அந்த வாக்கை அவர் கடைசி வரை காப்பாற்றினார். அதுமட்டுமல்ல, கி.ரா. இறந்த ஒரு வருடத்திலேயே வேறெந்த எழுத்தாளருக்கும் செய்யப்படாத வகையில் மணிமண்டபம் எழுந்ததும் அவர் முயற்சியால்தான்.

'நான் இருக்கிறேன்' என்று அவர் சொன்ன வார்த்தை இன்றும் என் காதில் ஒலித்துக்கொண்டேயிருக்கிறது. இன்று வரையிலும் அவர் இருக்கிற தைரியத்தில் மனம் பேருவகை கொள்ளவே செய்கிறது.

8

எஸ்.ராமகிருஷ்ணன்

விகடனில் வெளிவந்த 'துணையெழுத்து'தான் என்னை எஸ்.ரா.வை கவனிக்க வைத்தது. அதற்கு முன்பு அங்கொன்றும் இங்கொன்றுமாக நான் வாசித்திருந்த அவரது படைப்புகள் அவர் மீதான கவனத்தைக் குவித்திருக்கவில்லை. அவரிடமிருந்த தேடலைத்தான் நான் மிகவும் வியந்தேன். அவர் எவ்வளவு படித்திருக்கிறார் என்பதையே 'துணையெழுத்து' எனக்குச் சுட்டிக்காட்டி பிரம்மிக்க வைத்தது. அவரது எழுத்து ஒருமாதிரி பித்துப்பிடிக்க வைத்தது என்றுதான் சொல்லவேண்டும். இவரைப் பார்க்க முடியாதா என்று தவித்துக்கொண்டேயிருந்தேன்.

நீண்டநாட்கள் கழித்து ஒருநாள் கி.ரா வைப் பார்க்க எஸ்.ரா.வே வந்து சேர்ந்தார். பிக்கப் டிராப் எல்லாம் நானேதான். ஒருநாள் முழுக்க அவரோடு டிராவல் செய்யக் கிடைத்தது. அந்த ஒருநாளில் நான் கவனித்தது, தான் ஒரு புகழ்பெற்ற எழுத்தாளன் என்பதல்ல, ஓர் எழுத்தாளன் என்கிற சாதாரண முகத்தைக்கூட அவர் சுமந்திருக்கவில்லை என்பதைத்தான். அவர் ஏன் உலகத்தைச் சுற்றுகிறார், எப்படி அவதானிக்கிறார் என்பதையெல்லாம் அருகிலிருந்து கவனிக்க முடிந்தது. பாண்டிச்சேரியில் எத்தனையோ

நிச்சலனத்தின் நிகழ்வெளி
புதுவை இளவேனில்

இடங்கள் இருக்க, சன்டே மார்க்கெட்டுக்குத்தான் போகவேண்டும் என்று சொன்னார். அங்கேதான் புத்தகங்கள் வாங்க முடியும். கி.ரா.வைப் பார்த்துவிட்டு புறப்பட்டுப் போனபிறகு ஒரு பதிவை அவர் எழுதுகிறார். அதுவும் என்னைப்பற்றி. அது அவ்வளவு உயர்தரமான பதிவு. சகமனிதர்களை அவர் எவ்வளவு மதிக்கிறார் என்பதை அந்தப் பதிவு எனக்கு உணர்த்தியது. என்னை எனக்கே சுயஅறிமுகம் செய்துவைக்கிற பதிவாகவும்கூட அது இருந்தது. உறவுகளை அவர் எவ்விதமாகப் பேணிக் காக்கிறார் என்பதை அதன்வாயிலாக அறிந்துகொள்ள முடிந்தது. அதன்பிறகு கொஞ்சம் கொஞ்சமாக நான் அவர்களின் குடும்ப நண்பனாகவே ஆகிவிட்டேன். அவருக்கு போன் செய்தால், அப்பா வாங்குமுன் அவரது மகன் ஹரி என்னோடு உரையாடிக்கொண்டிருக்கிற அளவுக்கு நட்பு வளர்ந்து நிற்கிறது.

நிச்சலனத்தின் நிகழ்வெளி

14

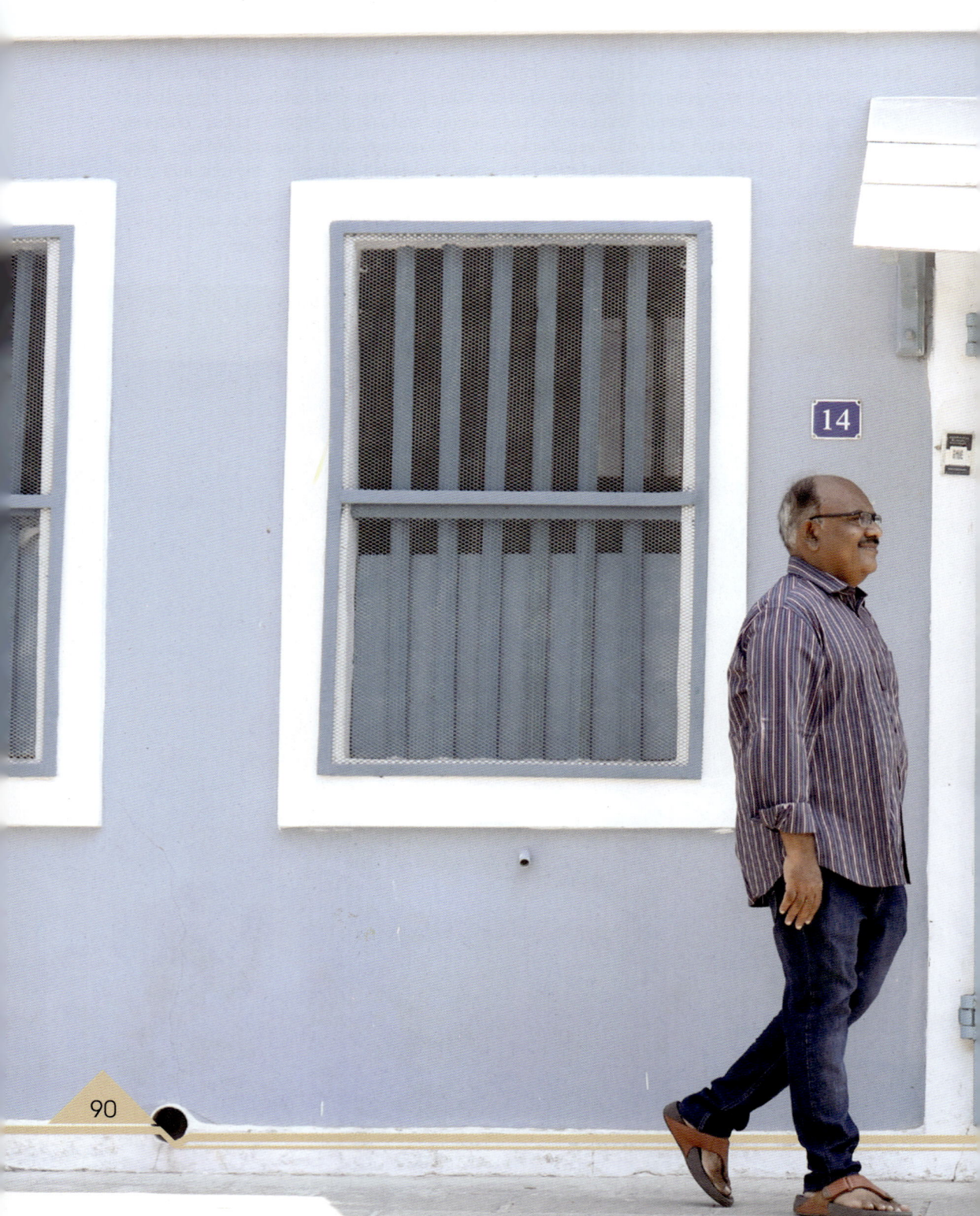

ஒவ்வொரு முறை புதுச்சேரி வரும்போதும் அவரது புதிய புத்தகம் எது வந்தாலும் எனக்கென்று ஒரு பிரதியை எடுத்துவைத்து, கொண்டுவந்து கொடுப்பார். அவரது முக்கியமான புத்தகங்கள் அத்தனையும் என்னிடம் இருக்கின்றன. அதேபோல் ஒவ்வொருமுறை புதுச்சேரி வரும்போதும் என்னைச் சந்திப்பார். ஒருபோதும் வருகிறேன் என்று அவர் சொன்னதில்லை. வந்துர்றேன் என்றுதான் சொல்வார்.

சமீபத்தில் அவரது 'சஞ்சாரம்' நாவலை வாசித்தேன். ஒரு நாவலுக்காக அவர் எவ்வளவு உழைக்கிறார் என்பது அதில் தெரிந்தது. எப்போதுமே நான் சொல்வதுண்டு. உழைப்பை நாம் ஏமாற்றினால் உழைப்பு நம்மை ஏமாற்றிவிடும். அதேநேரத்தில் நாம் அதை நம்பினால் அது நம்மை அசாத்தியமான தூரத்துக்குக் கொண்டுபோய்ச் சேர்க்கும். அதற்கு வாழும் உதாரணமாக நான் எஸ்.ரா.வைப் பார்க்கிறேன். படித்துக்கொண்டேயிருக்கிறார். ஒரு வேலையாகப் பயணம் போகும்போதும் ஒரு புத்தகத்தைப் படித்துவிடுகிறார். படிப்பதற்காகவே கூட ஊர்களுக்குப் போகிறார். பொதுவாக ஒரு படைப்பாளிக் கென்று ஒரு பிம்பம் எழுந்துவிட்டதென்றால் அவன் தன் உழைப்பைக் கைவிட்டுவிடுகிறான். எழுத்தாளனுக்கு வாசிப்பும்

எழுத்தும்தான் உழைப்பு. அதை ஒருநாளும் எஸ்.ரா. கைவிட்டு நான் பார்த்ததில்லை. அதனாலேயே அப்டேட்டில் இருக்கிறார். இன்றைய தேதிக்கு உலகத்தரமான எந்தப் படைப்பாகட்டும், திரைப்படமோ சிறுகதையோ, ஓவியமோ, கவிதையோ, நாவலோ எஸ்.ரா.வைக் கேளுங்கள் சொல்வார். தேடல் இல்லாத ஒரு மனிதன் இவ்வளவு தூரத்துக்கு வரமுடியாது அல்லவா... அந்தத் தேடல்தான்

HAPPY
HOUR
HEUREUSES
ONDAY TO FRIDAY
Buy 2, the third is on us
FROM 12.00 TO 6.00 PM

அவரிடம் எனக்கு மிகவும் பிடித்தது.

இரண்டுமுறை அவரை புகைப்படம் எடுத்திருக்கிறேன். முதல் தடவை எடுத்த புகைப்படங்கள் அனைத்துமே அந்த வருடம் வந்த அவரது புத்தக அட்டைகளில் வெளிவந்தன. இன்றளவும் குடும்ப நண்பனாகவே அவரது நட்பைத் தொடர்ந்து வருகிறேன்.

9

சாரு நிவேதிதா

அது டிஜிட்டல் கேமரா வராத காலம். ஃபிலிம் கேமராவைக் கையாண்டுகொண்டிருந்த காலம். அப்போது தினமலரிலிருந்து ஒரு நண்பர் அழைக்கிறார். சாருவைப் புகைப்படம் எடுத்துத் தரவேண்டும் என்று அவர் என்னிடம் கேட்கிறார். கி.ரா, சுந்தரராமசாமி ஆகியோரைப் புகைப்படம் எடுத்திருந்த நேரம் அது. நானோ சாருவைப் படித்ததில்லை. அதைச் சொன்னதும் அவரது அத்தனை புத்தகங்களையும் அவர்கள் எனக்கு அனுப்பி வைத்தார்கள். அத்தனையையும் வாசித்து முடித்தபிறகுதான் சாருவிடம் பேசினேன். அந்தக் காலத்திலேயே அவர் 'ஈமெயில்... டாட்காம்...' என்று பேசிக்கொண்டிருப்பார். எனக்கு வியப்பாக இருக்கும்.

சாருவோடு எட்டு நாட்கள் ராமேஸ்வரத்தில் தங்கியிருந்தேன். அந்த எட்டு நாட்களும் புகைப்படங்களுக்கு அப்பால் நாங்கள் நிறைய பேசிக்கொண்டிருந்தோம். அந்த உரையாடல்களிலிருந்து நான் ஒரு முடிவுக்கு வந்திருந்தேன். இவர் விரைவில் துறவறம் பூண்டுவிடுவார் என்று. அது ஏன் நடக்கவில்லை என்பது தெரியவில்லை. எழுத்தை விட்டுவிட்டு ஒரு தத்துவ

நிச்சலனத்தின் நிகழ்வெளி

ஞானியாக மட்டுமே இவர் அறியப்படுவார் என்பதாக நான் உண்மையிலேயே நம்பினேன். இலக்கியத்துக்கு துறவறம் பூண்டுவிட்டு ஆன்மிகத்துக்குள் நுழைந்துவிடுவார் என்று...

அவர் புதுவையில் வாழ்ந்த காலத்தில் நிகழ்ந்த பல சம்பவங்களை பூடகமாக என்னிடம் தெரிவித்தார். அந்தக் காலத்தில் நான் சிறுவன். அந்தச் சமயத்தில் அவருக்கு ரமேஷ் பிரேம், ரவிக்குமார் ஆகியோருடனெல்லாம் இருந்த உறவுகள் குறித்து என்னிடம் பகிர்ந்துகொண்டார். அந்தக் காலகட்டத்திலிருந்து இன்றைக்கு வரைக்குமே அவர் ஒரு பின்நவீனத்துவ எழுத்தாளராக, ஒரு மாடர்ன் ரைட்டராகத்தான் இயங்கி வருகிறார். எனவே அவரைப் புகைப்படம் எடுக்கும்போது ஒரு பரீட்சை எழுதுவதுபோலத்தான்

நிச்சலனத்தின நகழ்வெளி

புதுவை இளவேனில்

உணர்ந்தேன். அவருக்குத் தகுந்ததுபோல என்னை நான் வடிவமைத்துக்கொள்ள வேண்டியிருந்தது. புகைப்படங்களைப் பார்க்கும்போதே அது தெரியவரும்.

உண்மையில் சுந்தர ராமசாமியைத்தான் தனுஷ்கோடியில் வைத்து புகைப்படம் எடுக்க வேண்டும் என்று தீர்மானித்திருந்தேன். அது இயலாதுபோனபோது அது சாருவுக்கு வாய்த்தது. அதனாலேயே எனக்கு ஒரு கற்றல் அனுபவமாகவும் அது இருந்தது. சாரு ஒரு மாடர்ன் ரைட்டர் என்பதனால் அதற்கேற்ப எனது வழக்கமான ஃபிரேம்களைத் தவிர்த்து வேறுவிதமாக எடுக்க வேண்டியிருந்தது. ஆனால் அதற்கான வழிகளை அவரே திறந்துவிட்டார் என்றுதான் சொல்லவேண்டும். ஒரு நாளில் ஒன்று அல்லது இரண்டு மணிநேரம்தான் ஃபோட்டோ எடுப்போம். மற்ற நேரங்களில் எல்லாம் பேச்சு, உணவு என்றுதான் போய்க்கொண்டிருக்கும். எட்டு நாட்களில்

நிச்சலனத்தின் நிகழ்வெளி

பதினைந்து ரோல்கள் புகைப்படம் எடுத்தோம். அந்த நாட்களில் பதினைந்து ரோல் என்பது மிக மிக அதிகம்.

சென்னையில் மூர்த்தி & சன்ஸில் பிரின்ட் போடவேண்டும் என்பது அன்றைக்கு ஒவ்வொரு புகைப்படக் கலைஞனுக்கும் கனவாக இருந்தது. அங்கேதான் அந்தப் புகைப்படங்களை மேட் பிரின்ட் போட்டேன். மற்ற லேப்களை விட மூர்த்தி & சன்ஸில் மேட் பிரின்ட் அவ்வளவு அற்புதமாக இருக்கும்.

மாலை ஆறு மணி இருக்கும். சாருவுக்கு ஃபோன் செய்து அந்தப் புகைப்படங்களைக் கையில் கொடுத்தேன். ராமகிருஷ்ணா மடத்து வாசலில் வைத்து அவற்றைக் கட்டோடு வாங்கிக்கொண்டு போனார். பின்னாளில் எழுத்தாளர்களின் புகைப்படங்களைக் கொண்டு நான் ஒரு காலண்டர் தயாரித்தபோதும் அவரது புகைப்படத்தை அதில் சேர்த்தேன். அதையும் அவருக்கு அனுப்பி வைத்தேன்.

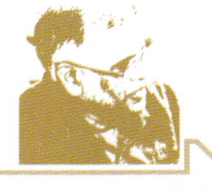

10

ஜெயமோகன்

'யானை டாக்டர்' படிக்கிறவரை ஜெயமோகன் மீது எனக்கு எந்தவிதமான நம்பிக்கையும் கிடையாது. இத்தனைக்கும் அந்தக் காலகட்டத்தில் அவர் பெரிதாக உயர்த்தப்பட்டு பெரும் பிம்பமாகக் கட்டமைக்கப் பட்டிருந்தார். ஆனாலும் 'யானை டாக்டர்' வாசிக்கும்வரை எனது அபிப்பிராயம் அப்படித்தான் இருந்தது. 'யானை டாக்டர்' படித்ததும் உடனே ஒரு நண்பரிடம் அதைப் பற்றி பேசுகிறேன். 'ஜெயமோகனை அழைத்து புதுச்சேரியில் ஒரு நிகழ்ச்சி செய்யவேண்டும்' என்று சொல்கிறேன். அவர் சிரித்துவிட்டு, 'நீ இப்படிப்

நிச்சலனத்தின் நிகழ்வெளி

பேசமாட்டாயே' என்று கேட்கிறார். 'யானை டாக்டர்' படித்ததை அவரிடம் தெரிவிக்கிறேன். அதைப் பற்றி அப்போது மற்றவர் யாரும் பேச ஆரம்பித்திராத காலம். இரவு முழுக்க ஒரு யானை என் கனவில் வந்துகொண்டேயிருந்தது. இந்தக் கதை எப்படி சாத்தியமாகிற்று என்பது ஆச்சர்யமாக இருக்கிறது. தமிழில் இப்படியொரு கதையை நான் இதுவரை படித்ததேயில்லை. அதனால், 'ஜெயமோகனை வைத்து கண்டிப்பாக ஒரு மீட்டிங் நடத்தவேண்டும்' என்று நான் சொல்கிறேன். என் நண்பன் சொல்கிறான், 'ஜெயமோகன் நீ நினைக்கிற மாதிரி ஆள் கிடையாது' என்று.

ஜெயமோகனின் அரசியல், பேச்சு, முரண்பட்ட கருத்து இவற்றின் மீதெல்லாம் எனக்கு உடன்பாடே கிடையாது. ஆனால் கி.ரா.விடம் பேசிக்கொண்டிருந்தபோது அதற்கு முரணான ஒரு விஷயத்தை எதிர்கொண்டேன். அப்போதே கி.ரா.வுக்கு ஜெயமோகன் மீது அபரிமிதமான நம்பிக்கை இருந்தது. நாகர்கோவிலில் ஜெயமோகன் ஒரு மாவுப் பிரச்சினையில் சிக்கியபோதுகூட அந்த வியாபாரியை கண்டித்து கி.ரா., ஜெயமோகன் பக்கம்தான் நின்றார். அவர்கள் இருவரின்

இணக்கம் என்னை வசீகரித்தது. ஜெயமோகனை அவ்வளவு உயர்ந்த இடத்தில் வைத்திருந்தார் கி.ரா. என் நிலைப்பாடும் அதுவேதான். கி.ரா. அவரை விரும்பினார் என்பதனால் மட்டுமல்ல, அந்த யானை டாக்டர் என்கிற ஒரு சிறுகதை மட்டுமே போதும்.

இரண்டாவது முறையாக ஜெயமோகன், கி.ரா.வை சந்திக்க வந்தபோது அறையில் இருந்த வெளிச்சத்தில் வெகுசில படங்களை மட்டுமே நான் எடுத்தேன். அவற்றில் ஒன்றில் அவர் அட்டகாசமாகச் சிரித்துக்கொண்டிருப்பார். என் நண்பர்கள் எல்லோருமே சொன்னார்கள், ‘ஜெயமோகன் இப்படி சிரித்து நான் பார்த்ததேயில்லை’ என்று.

இந்தச் சம்பவத்துக்கு முன்பு அவரை புகைப்படம் எடுக்க அனுமதி கேட்டு ஒரு மெயில் அனுப்பிருந்தேன். அதற்கு அவர் பதிலளிக்கவே இல்லை. இந்தச் சம்பவத்துக்குப் பின்னும் ஒரு மெயில் அனுப்பினேன். அதற்கும் அவர் பதிலனுப்பவில்லை. ஒருமுறை ஃபோன் செய்தும்கூட கேட்டேன். அதற்கும் அவர் ஒரு நல்ல பதில் சொன்னதேயில்லை. ஆனாலும் ஜெயமோகன் என்றாலே அந்த யானை டாக்டர் எழுத்தாளர் என்கிற பிம்பம் மட்டும் மாறவேயில்லை. இனியும் வாய்ப்பளிக்கவில்லை யென்றாலும்கூட அது அப்படியேதான் இருக்கும். அந்த ‘யானை டாக்டர்’ சிறுகதையில் வந்த யானை என் கனவுகளில் வந்துகொண்டேதான் இருக்கும். ஜெயமோகன் மீது இருக்கும் மதிப்பு எந்த வகையிலும் குறையாது.

நிச்சலனத்தின் நிகழ்வெளி
புதுவை இளவேனில்

தன்னை நிலை நிறுத்திக்கொள்ளவேண்டும் என்பதற்காக என்றபோதும், அவரிடம் உள்ள தேடல் இருக்கிறதே அது என்னை வசீகரிக்கிறது. அது எல்லோருக்கும் வேண்டும் என்று நினைக்கிறேன். அதை நமக்கு உணர்த்துகிறார் அல்லவா, அதற்காக அவரை எனக்குப் பிடிக்கும். அதே ஜெயமோகன் ஒரு மேடையில் கி.ரா.வுக்கும் எனக்கும் உள்ள உறவைக் குறிப்பிட்டபோது மானசீக புத்திரன் என்கின்ற வார்த்தையை உபயோகித்தார். அதையும் நான் ஒருபோதும் மறக்கமாட்டேன்.

11

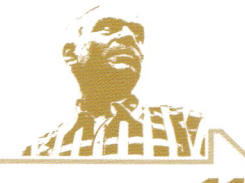

பாவண்ணன்

பாவண்ணன், புதுவைக்குப் பக்கத்தில் வளவனூர் என்கிற கிராமத்தைச் சேர்ந்தவர். அதாவது அவரும் புதுவைக்காரர். அவர் வாழ்ந்தது பெரும்பாலும் பெங்களூரில் என்பதனாலும், கன்னட இலக்கியங்களைத் தமிழுக்குக் கொண்டுவருபவர் என்பதாலும் பலரும் அவரை வேறுவிதமாக நினைத்திருக்கலாம். அவரது கல்லூரிக்காலம் பாண்டிச்சேரியில்தான். இரண்டுமுறை சாகித்ய அகாதமி விருது பெற்றவரான லெனின் தங்கப்பாவின் மாணவர் பாவண்ணன். இருந்தாலும் வேலை நிமித்தம் சீக்கிரமே ஊரை விட்டுப் போய்விட்டதனால் அவரைப் பார்க்கிற வாய்ப்பு எனக்குக் கிடைக்கவில்லை.

புதுவை இளவேனில்

ஆனால் பாவண்ணன் பாண்டிச்சேரிக்காரர். அவர் நல்ல படைப்பாளி என்கிற அளவுக்கு நான் கேள்விப்பட்டிருந்தேன். பின்னாளில் அவரது 'பழுது' என்கிற சிறுகதையை நான் படிக்கிறேன். ஒரு தேர்ந்த எழுத்தாளர் எழுதிய சிறுகதையின் தரத்தில் இருந்த அந்தச் சிறுகதைதான் அவரது முதல் சிறுகதை என்று அறிந்தபோது நான் மிகவும் ஆச்சர்யப்பட்டேன்.

பொதுவாக பாண்டியில் பல இலக்கிய அமைப்புகள் பரபரப்பாக இயங்கியவண்ணம் இருக்கும். அவற்றிலொன்றில் பாவண்ணனைப் பார்க்க முடிந்தது. ஆனால் அடுத்தவர்கள் அணுக இயலாதபடி அவர் ஒருவிதமான சங்கோஜியாக இருந்தார். நான் சொல்வது சரிதான் என்று நினைக்கிறேன். அவ்வளவு எளிதில் அவர் மற்றவர்களோடு நட்பு பாராட்டுவதில்லை. நாமாக நெருங்கி பேச்சுக் கொடுத்தால்கூட ஓரிரு வார்த்தைகளில் பதில் சொல்லிவிட்டு விலகிவிடுவார். நமக்கும் தொடர்ந்து பேச இயலாமல் போய்விடும். பிற்பாடு ஒருநாள் சென்னையில் காலச்சுவடு

நிகழ்வொன்றில் சந்தித்தபோதும் அவரோடு நினைத்த அளவுக்கு உரையாட இயலாமல் போயிருந்தது. அவர் எல்லோரோடும் இப்படித்தான் பழகுவார் என்பதாகவே நான் நம்புகிறேன்.

மத்திய அரசின் களவிளம்பரத்துறையில் இயக்குநராக இருக்கும் சிவகுமார் அவர்கள் பாவண்ணனின் உறவினர். அவர் என்னிடம் நெருங்கிப் பழகக்கூடியவர். அவரிடம் ஒருமுறை, 'பாவண்ணனைப் பார்க்கவேண்டும்' என்று சொன்னேன். 'அவர் ஒரு புதுமனை புகுவிழாவில் கலந்துகொள்ள புதுச்சேரிக்கு வந்திருக்கிறார். நீங்களும்

வாருங்கள்' என்று என்னை அழைத்தார். அன்றைக்கு பாவண்ணனோடு சற்று பேசக் கிடைத்தது. என் பெயரையும் அதற்குள் அவர் அறிந்து வைத்திருந்ததும் ஒருவகையில் உதவியாக இருந்தது. அப்போது என் எழுத்தாளர்கள் புகைப்பட சீரீஸ் குறித்து அவரிடம் குறிப்பிட்டு அவரை எப்போது புகைப்படம் எடுக்கலாம் என்று கேட்டேன். வேறொருவர் என்றால் அன்றோ மறுநாளோகூட வேலை முடிந்திருக்கும். அவர்தான் பாவண்ணன் ஆயிற்றே... அதன்பிறகு பத்து வருடங்கள் கழித்துதான் இந்தப் புகைப்படங்களை எடுக்க வாய்ப்பு கிடைத்தது.

வாய்ப்பு கிடைத்தபோது என் வழக்கப்படி நான் அவரை வேறு விதமாகக் காட்டவேண்டும் என்று முடிவு செய்தேன். அவரது இயல்புக்கு முற்றிலும் மாறாக ஒரு வெஸ்டர்ன் ஸ்டைலில் ஒரு காஃபி ஷாப்பில் வைத்து ஷூட் செய்தேன். அவரது எழுத்து ஸ்டைலுக்கும் இந்தப் புகைப்படங்களுக்கும் சம்பந்தமே இருக்காது. முற்றிலும் வேறுவிதமான முகத்தை நான் பதிவு செய்தேன். அவரது மற்ற புகைப்படங்களோடு பொருத்திப் பார்த்தால் உங்களுக்கே அந்த வித்தியாசம் புரியும்.

பின்னாளில் பாவண்ணனுக்கு ஒரு விழா எடுக்கப்பட்டபோது அதற்கான அழைப்புகள், பேனர்களிலெல்லாம் இந்தப் புகைப்படங்களைத்தான் உபயோகித்தார்கள்.

புகைப்படம் எடுக்கும்போது அவரோடு நீண்ட உரையாடல்களில் ஈடுபட வாய்ப்புக் கிடைத்தது. அவரது படைப்புகள் குறித்து, என்னுடைய வாசிப்பு குறித்து... அந்த நேரத்தில் மொழிபெயர்ப்புகள் குறித்து பேச்சு வந்தபோது, பொதுவாக தமிழ் மொழி பெயர்ப்பாளர்கள் மாற்று மொழிகளிலிருந்து தமிழுக்குப் படைப்புகளைக்

நிச்சலனத்தில் நிகழ்விவள்
புதுவை இஷ்வோனில்

கொண்டுவருகிறார்களே தவிர, தமிழ்மொழி இலக்கியங்களை மாற்று மொழிகளுக்குக் கொண்டுசெல்ல எந்தவிதமான முனைப்பையும் செய்வதில்லையே என்கிற என் ஆதங்கத்தையும் வெளியிட்டேன். மொழி பெயர்ப்பாளர் நல்லதம்பி கன்னடத்திலிருந்து தமிழுக்கும் தமிழிலிருந்து கன்னடத்துக்கும் மொழிபெயர்க்கும் ஆற்றல் கொண்டவர். கன்னடத்தைப் பற்றி பேசும்போது அவர்களின் ஜாதிப் பெயரை பகிரங்கமாப் போட்டுக்கொள்கிற இயல்பைப் பற்றிக் குறிப்பிடுகையில் அவர்களைப் பொருத்தவரை அது சரிதான் என்பதாகவே தான் உணர்வதாகக் குறிப்பிட்டது நினைவுக்கு வருகிறது.

பாவண்ணன் மொழிபெயர்ப்பு, சிறுகதை, நாவல், சிறார் இலக்கியம் எனப் பல்வேறு வகைமைகளையும் படைத்திருக்கிறார். ஏன்... மரபுக் கவிதையில்கூட பரிச்சயம் கொண்டவர். ஒரு மரபுசார்ந்த குடும்பத்திலிருந்து வந்தவர் என்பதனால் அந்தப் பின்னணியை அவரது படைப்புகளிலும் பழக்கத்திலும் நம்மால் காண முடியும்.

12

ரவிக்குமார்

இந்தியா டுடேயில் எழுத்தாளர் சுஜாதாவின் பேட்டி ஒன்றை வாசிக்கும்போதுதான் அந்தப் பெயரை முதலில் கேள்விப்படுகிறேன். வளர்ந்துவரும் இளம் எழுத்தாளர்களில் உங்களுக்கு நம்பிக்கை அளிக்கக்கூடியவர் யார் என்கிற கேள்விக்கு சுஜாதா சொன்ன பதில், நிறப்பிரிகை ரவிக்குமார் என்பது.

அப்போது பாண்டிச்சேரியில் வங்கியில் பணிபுரிந்து வந்த ஒரு ரவிக்குமாரை நான் அறிந்திருந்தேன். வெடவெடவென்று ஒல்லியாக இருப்பார். ஒடுங்கிய முகம். ஒரு முப்பத்தைந்து வயது இருக்கும். ஆனால் அப்போதே அவருக்கு வெள்ளை தாடி இருக்கும். ஒரு ஜோல்னா பை. அதை ஒரு லேடீஸ் சைக்கிளில் மாட்டிக்கொண்டு அதைத் தள்ளிக்கொண்டோ ஓட்டிக்கொண்டோ போராட்டங்களில் கலந்துகொள்ள

வருவார். பொதுவாகவே பாண்டிச்சேரியில் ஏதாவது போராட்டங்கள் நடந்துகொண்டேயிருக்கும். ஈழத்தமிழ் போராட்டமெல்லாம் பரபரப்பாக நிகழ்ந்து வந்த தருணம். அந்தப் போராட்டங்களில் ரவிக்குமாரை நான் அடிக்கடி பார்த்திருக்கிறேன். அப்போது பியூசிஎல் எனும் மக்கள் சிவில் உரிமைக் கழகத்திலும் அவர் தலைவராக இருந்தார். ஆனால் சுஜாதா சொல்லும் நிறப்பிரிகை ரவிக்குமார் அவர்தானா என்பதில் எனக்குச் சந்தேகம் இருந்தது. அது அவர்தான் என்பதை ஊர்ஜிதம் செய்துகொண்டபோது எனக்கு ஆச்சர்யமாக இருந்தது. ஒரு மனிதர் ஒரு பக்கம் வங்கி அலுவலராக இருக்கிறார். இன்னொரு பக்கம் போராட்டங்களில் கலந்துகொள்ளும் போராளியாக இருக்கிறார். இன்னொரு பக்கம் பார்த்தால் இலக்கியவாதியாகவும் இருக்கிறார்.

புதுச்சேரி ஆய்வு நிறுவனத்தில் பணி புரியும் அண்ணன் கண்ணன் அவர்களோடு தொடர்பில் இருந்தபோது (பொதுவாக என்னைவிட வயதில் பெரியவர்களை அண்ணன் என்றுதான் குறிப்பிடுவேன். ஒருவர் கம்யூனிஸ்ட்டாக இருந்தாலும்கூட அவரைத் தோழர் என்று அழைத்ததில்லை. அண்ணன்தான்.) புத்தகங்கள் வாசிக்க அவரைத் தேடிப் போவேன். அவர் ஒருநாள் ஜானகி டீஸ்டாலில் வைத்து ரவிக்குமாரை எனக்கு அறிமுகம் செய்துவைக்கிறார். அதன்பிறகு கண்ணன் அண்ணனைவிடவும் ரவிகுமார் அண்ணனைத் தேடித்தான் நான் அதிகம் போக ஆரம்பித்தேன். அவர் மீது ஏதோவோர் ஈர்ப்பு. இருபத்தைந்து வருடங்கள் ஆகியும் இன்றும் தேயாத ஈர்ப்பு அது.

நான் கேமரா கற்றுக்கொண்டு சொந்தமாக ஒரு கேமரா வாங்கியபோது ரவிக்குமார் அண்ணன், 'இளவேனில் என்னை ஒரு போட்டோ எடுங்களேன்' என்று கேட்டார். உண்மையைச் சொன்னால் நான் முதன் முதலில் எடுத்த பெரும் ஆளுமை ரவிக்குமார் அண்ணன்தான். நான் லோ லைட்டில் அவரைச் சில போட்டோக்கள் எடுத்தேன். இப்போதும் அவரிடம் அவற்றின் ஒரு செட் புகைப்படங்கள் இருக்கின்றன. அவரிடம் ஒரு முக்கியமான குணம் என்னவென்றால்

நச்சினத்தின் நகழ்வெளி
புதுவை இளவேனில்

அவ்வளவு சீக்கிரம் எதையும் அவர் நன்றாக இருக்கிறது என்று ஒப்புக்கொள்ளவே மாட்டார். அவரே புகைப்படங்களை நுணுக்கமாகப் பார்த்துவிட்டு ரொம்ப நல்லா வந்திருக்கு மேட்டில் ப்ரின்ட் போடுங்கள் இன்னும் நன்றாக இருக்கும் என்று சொல்கிறார். மேட் என்று ஒன்று இருப்பதே அவர் சொல்லித்தான் எனக்குத் தெரியும்.

அதன்பிறகு பலமுறை அவரோடு சென்னைக்குப் பயணிக்கும் வாய்ப்பு எனக்குக் கிடைத்தது. அப்படியொரு பயணத்தில்தான் கவிஞர் கனிமொழி, கவிஞர் சேரன், காலச்சுவடு கண்ணன், ஆ.இரா.வெங்கடாசலபதி ஆகியோரை எனக்கு அறிமுகம் செய்துவைத்தார் ரவிக்குமார். கவிஞர் சேரன் கனடாவில் இருப்பதால் அதிக தொடர்பில் இல்லை. மற்றவர்களோடு இன்றளவும் நல்ல தொடர்பில் இருக்கிறேன். இவர்கள் மட்டுமல்ல, என்னுடைய எத்தனையோ இலக்கியத் தொடர்புகளையும் பெரிய மனிதர்களின் தொடர்புகளையும் அவர்தான் அறிமுகம் செய்துவைத்தார். ஒருவரோடான அறிமுகம் நமக்குத் தொடரவேண்டுமானால் நம்மை யார் அறிமுகப்படுத்துகிறார்கள் என்பது முக்கியமான விஷயம் அல்லவா...

என்னுடைய ஸ்டுடியோவை அவர்தான் திறந்துவைத்தார். இப்போதும்கூட திடீரென்று, 'கடையில் இருக்கிறீர்களா?' என்று கேட்டுவிட்டு வந்து மிகச் சாதாரணமாக உட்கார்ந்து பேசிக்கொண்டிருந்துவிட்டுப் போவார். ஒரு எம்.பி. என்கிற எந்த ஆர்ப்பாட்டமும் இருக்காது. ஆளுமை மிக்க இயக்கத்தின் பிரதிநிதி என்பதை ஒருபோதும் ஓரிடத்திலும் அவர் காட்டிக்கொண்டதேயில்லை.

எனக்கு வாசிக்க நிறைய புத்தகங்களைக் கொடுத்தவரும் அவர்தான். உலக இலக்கியங்களை உள்ளங்கையில் வைத்திருப்பார். கட்டுரைகள் மட்டும்தான் எழுதுவார் என்று பார்த்தால், அவரது 'மழைமரம்' முக்கியமான கவிதைத் தொகுப்பு. கவிஞர் மீராவின் 'கனவுகள் கற்பனைகள் காகிதங்கள்' புத்தகத்துக்கு இணையான புத்தகம் அது. ஒரு போராளியின் காதல் எப்படிப்பட்டது என்பதை அந்தக் கவிதைகளில் காணலாம். 'கடக்க முடியாத நிழல்' என்கிற அவரது கட்டுரைத் தொகுப்பு என்னை ரொம்பவும் பாதித்தது. அதன் பாதிப்பில்தான் நான் என் கவிதைத் தொகுப்புக்கு 'கடக்க வேண்டிய இரவு' என்று பெயர் வைத்தேன். அந்தத் தொகுப்புக்கு கிட்டத்தட்ட மூன்று வருடங்கள் கழித்துத்தான் முன்னுரை எழுதித் தந்தார். ஆனால் இன்றைக்கும் அதிஅற்புதமான முன்னுரை அது.

இன்றளவும் புத்தக வடிவமைப்பில் அதிக கவனம் செலுத்தும் குணம் அவரிடம் உண்டு. அவருடைய ஒவ்வொரு புத்தகமும் அவரது நேரடி பார்வையில்தான் வடிவமைக்கப்படும். அவரிடம் இன்னொரு ஆச்சர்யமான குணம் என்னவென்றால் நேரந்தவறாமை. சென்னையிலிருந்து நாங்கள் இருவரும் இரவு பன்னிரண்டு மணிக்குத்தான் வந்து சேர்ந்திருப்போம். அடுத்தநாள் காலை ஒன்பது மணிக்கு அவர் பணிபுரிந்து வந்த பாங்க் திறக்குமுன்பே சென்னைக்குப் போய் காத்திருப்பார். அதைவிட முக்கியம், திரும்பி வந்தபிறகு அவர் எழுதி அனுப்பிய அந்த வாரக் கட்டுரை ஜுனியர் விகடனுக்குப் போய்ச் சேர்ந்திருக்கும். அப்படியொரு கடின உழைப்பாளி. பாராளுமன்ற உறுப்பினராக உயர்ந்த பிறகும் இன்றளவும் அவரிடம் இந்த குணம் மாறவேயில்லை என்பது எனக்கு வியப்பாக இருக்கிறது.

ஒரே நேரத்தில் 'இந்தியா டுடே'யில் கட்டுரைகளும் 'ஜுனியர் விகட'னில் தொடரும் வாராவாரம் எழுதிக்கொண்டிருந்தார். 'தலித்', 'நிறப்பிரிகை', 'மணற்கேணி', இன்னும்கூட ஒரு இதழ் இவற்றுக்கு ஆசிரியராக இருந்தார். ஒரே நேரத்தில் இரண்டு

இதழ்களுக்கு ஆசிரியர், மற்ற பத்திரிகைகளில் தொடர்கள், வாசிப்பு (வாசிப்புதானே எல்லாவற்றுக்கும் அடிநாதம்) என அவரது உழைப்பிலிருந்து கற்றுக்கொள்ள ஏராளம் இருக்கிறது.

சமீபத்தில் திரும்பவும் அவரை ஃபோட்டோ எடுக்க நேரம் கேட்டேன். தேர்தல் நேரம் என்பதால் அவரால் நேரம் ஒதுக்கவே முடியவில்லை. இந்தப் புகைப்படங்களை தேர்தலுக்குப் பிறகுதான் எடுத்துக்கொடுத்தேன். பார்த்துவிட்டு, 'இதை நாம் தேர்தலுக்கு முன்பாகவே எடுத்திருந்தால் அதற்கும் உபயோகித்திருக்கலாமே' என்று சொன்னார். அதன்பிறகுதான் அந்தப் புகைப்படங்களை ஃப்ளிக்கரில் பகிர்ந்து எல்லோரும் உபயோகித்துக்கொள்ளும்படி அறிவித்தார்.

எல்லாவற்றுக்கும் மேலாக இன்று இளவேனில் என்று ஒருவன் உருவாகியிருக்கிறான் என்று சொன்னால் அதற்குக் காரணமும்கூட ரவிக்குமார்தான். இன்னும் என்ன சொல்ல!

13

பெருமாள் முருகன்

நான் வாசிக்க ஆரம்பித்த காலத்தில் புதுவை ஃப்ரென்ச் இன்ஸ்ட்டிட்யூட்டில் உள்ள லைப்ரரிக்கு அடிக்கடி செல்வேன். அப்போது அங்கே பணியில் இருந்த கண்ணன் என் அணுக்கமான நண்பரானார். அவர் சில புத்தகங்களை எனக்குப் பரிந்துரை செய்வார். அதுதான் எனக்கு அந்த லைப்ரரிக்குப் போகப் பெரும் உந்துதலாய் இருந்தது. அங்கே கண்ணனைப் பார்க்க சுதாகர் கத்தக் என்கிற நெய்வேலியைச் சேர்ந்த எழுத்தாளரும் கண்மணி குணசேகரனும் கூட வருவார்கள். கண்ணன்தான் எனக்கு பெருமாள் முருகனின் பெயரை அறிமுகம் செய்துவைத்தார். அதைத்தொடர்ந்து நான் பெருமாள் முருகனின் படைப்புகளைப் படிக்க ஆரம்பித்தேன்.

நீச்சலைத்தின் நிகழ்வெளி
புதுவை இளவேனில் 137

ஆரம்பத்தில் நான் பெருமாள் முருகனின் கவிதைகளைத்தான் தொடர்ந்து வாசித்தேன். 2016 வரை அவருடைய ஏழெட்டு கவிதைத் தொகுதிகளை நான் வாசித்தேன். பிறகுதான் 'கூளமாதாரி' வாசித்தேன். அதன் வட்டார மொழி எனக்குப் பெரும் சிக்கலாக இருந்தாலும் அதில் வருகிற பாத்திரங்கள் பெரும்பாலும் சிறுவர்கள் என்பதனால் நான் என்னையே அதில் பொருத்திப் பார்த்துக்கொண்டேன். பின்னாளில் பெருமாள் முருகனிடம் பேசிக்கொண்டிருக்கும்போது அவர் சொன்னார், அதில் வரும் சிறுவர்கள் எல்லோருமே தான்தான் என்று. இதே மாதிரியான அனுபவம் எனக்கு கி.ரா.விடமும் ஏற்பட்டதுண்டு. ஒரு நீண்ட உரையாடலின்போது கி.ரா.விடம் நான் கேட்டேன், 'நீங்கள் எழுதும் பாத்திரங்கள் எல்லாம் நீங்கள் பார்த்த மனிதர்கள்தானா இல்லை கற்பனையா?' என்று. கி.ரா. சொன்னார், 'ரெண்டுமே இல்லே... எல்லா கதாபாத்திரங்களும் நானேதான்!' என்று. அதாவது அவர் கதைகளில் வரும் எல்லா நாயக்கர்களுமே கி.ரா.தான்.

கோயமுத்தூரில் 'காலச்சுவடு' நடத்திய ஓர் இலக்கிய நிகழ்ச்சியில் நான் பெருமாள் முருகனை சந்தித்தேன். அப்போது அவரை ஒரே ஒரு புகைப்படம் எடுத்தேன். அதோடு சரி. ஆனால் ஒருநாள் அவருடன் இருந்து புகைப்படம் எடுக்கவேண்டும் என்று நினைத்துக்கொண்டுதான் இருந்தேன். ஈரோடு சென்று புகைப்படம் எடுப்பதற்கான ஏற்பாடுகள் எல்லாம்கூட செய்து கொண்டிருந்த வேளையில் பெருமாள் முருகன் புதுவைக்கு வருவதாக ஒரு செய்தி என்னை எட்டியது. உடனடியாக அவரை நான் அழைத்தேன். 'புதுவை வருகையின்போது எனக்கு ஒருநாள் ஒதுக்க முடியுமா?' என்று கேட்கிறேன்.. அவர் சற்றும் தயங்கவில்லை. 'இருக்கலாமே' என்று ஒப்புக்கொள்கிறார்.

நிச்சலனத்தின் நிகழ்விவள்

புதுவை இளவேனில்

அதன்படி புதுவையில் அவர் ஒருநாள் முழுக்க என்னுடன் இருந்தார். உரையாடல்களினூடாக நான் இந்தப் புகைப்படங்களை எடுக்கிறேன். அவரும் படங்கள் எடுக்க மிகவும் இயல்பாக ஒத்துழைப்புத் தருகிறார். அவருடைய புன்னகை எனக்கு என் அம்மாவின் புன்னகையை நினைவுபடுத்துகிறது. நான் அதை அவரிடம் தெரிவிக்கிறேன். அதற்கும் ஒரு புன்னகை, 'நான் அம்மா பிள்ளை' என்று அதற்கொரு பதிலும் சொல்கிறார். நான் சொல்கிறேன், 'நானும் அம்மா பிள்ளைதான்' என்று.

இந்த உரையாடல்களின்போது அவர் படைப்புகளை நான் படித்திருக்கிறேன் என்று நானும் சொல்லவில்லை. அவரும் கேட்கவில்லை. இங்கேதான் அதை நான் சொல்கிறேன். மற்ற எழுத்துகள் மற்றும் எழுத்தாளர்கள் குறித்துதான் பேசிக்கொண்டிருந்தோமே தவிர, அவரது எழுத்துக்களை நான் படித்திருக்கிறேனா என்கிற கேள்வியே எழவில்லை. கி. ரா. வைப் பற்றிதான் நிறைய பேசிக்கொண்டிருந்தோம்.

நிச்சலனத்தின் நிகழ்வெளி
புதுவை இளவேனில்

எனக்குத் தெரிந்தவரை தமிழ் எழுத்தாளர்களில் அதிக மொழிகளில் மொழிபெயர்க்கப்பட்ட எழுத்தாளர் பெருமாள் முருகனாக இருக்கலாம் என்று நினைக்கிறேன். இந்திய மொழிகள், உலக மொழிகள் என்று பல மொழிகளிலும் அவர் மொழிபெயர்க்கப்பட்டிருக்கிறார்.

அவர் மிகப்பெரிய ஆளுமையாக எனக்குத் தெரிகிறார். அவரோடு பழகியபோது ஓர் ஆளுமையோடு பழகுகிறோம் என்கிற எண்ணமே எழவில்லை. என் சகோதரனோடு பழகுவதுபோலவே நான் உணர்ந்தேன்.

14

பவா செல்லத்துரை

பவாவை நான் அதிகம் அறிந்திருக்கவில்லை. பெரிய பிடிப்போ ஈடுபாடோ காதலோ எனக்கு இருக்கவில்லை. ‘கதை சொல்கிறார்’ என்கிறார்கள். அடுத்தவர்கள் எழுதிய கதைகளை இவர் என்ன சொல்வது என்று ஓர் அலட்சியம். சொந்தமாக எதையாவது செய்யாமல் இது என்ன ஒரு செயல்பாடு என்று சிறு கோபம்கூட. கதையை யார்தான் சொல்வதில்லை. பொதுவாக கூட்டங்களில் பேசுபவர்கள் பலரும் தங்கள் பேச்சின் ஊடாக கதைகள் சொல்லத்தானே செய்கிறார்கள். இதில் என்ன புதிதாக இருக்கிறது என்கிற கண்ணோட்டமும்கூட இந்தப் போக்கிற்கு வலு சேர்க்க ஆரம்பித்திருந்தது. இந்த நேரத்தில் அவரைப் பற்றிய ஆவணப்படம் ஒன்றைப் பார்க்கிறேன். ஆர்.ஆர்.சீனிவாசனும் அவரது துணைவி குட்டி ரேவதியும் இணைந்து இயக்கியது. அவரை எனக்கு அறிமுகம் செய்துவைத்தது அந்த ஆவணப்படம்தான்.

இதன்பிறகு பவாவைப் பற்றி பலரும் என்னிடம் குறிப்பிடுவதை உணர்ந்தேன். 'அவர் கதை சொல்கிறார்... கதை சொல்கிறார்' என்று கொண்டாடுகிறார்கள். அப்படி என்னதான் சொல்கிறார் என்று கேட்டுத்தான் பார்ப்போமே என்று கேட்டுப் பார்க்கிறேன். கேட்டால், உண்மையாகவே ஆடிப்போகிறேன். ஏன் அவரை இப்படிக் கொண்டாடுகிறார்கள் என்று பளிச்சென்று விளங்குகிறது. அவர் சொல்லும்போது ஒரு கதை நமக்குள் ஓர் இயங்குதளத்தை உண்டுபண்ணுகிறது. கதையை எழுதுவது, அதைப் படிப்பது என்கிற தளத்துக்கும் மேலே ஒரு கதையோடு வாழ்வது என்கிற தளத்துக்கு நம்மை இட்டுச் செல்கிறது. அந்தக் கதையோடு நம்மைப் பயணிக்க வைக்கிறது.

தி.ஜானகிராமனின் 'அம்மா வந்தாள்' ஆகட்டும், கி.ரா.வின் 'மின்னல் கதை' ஆகட்டும், அவர் சொல்கிற விதம் இருக்கிறதே, அது நமக்கு அவர் மீது காதலை உண்டுபண்ணுகிறது. இத்தனை பேர் பாராட்டுகிறார்கள் என்றால் அதற்கு அவர் தகுதியான ஆளுமைதான், நான்தான் அவரைப் பற்றித் தவறாகப் புரிந்து வைத்திருக்கிறேன் என்பதை நான் உணர ஆரம்பித்தேன்.

அவர் மீது எனக்கு எதிர்க்கருத்து இருந்ததற்கு முக்கியக் காரணம் அன்பு என்று சொன்னால் அதை நீங்கள் நம்ப வேண்டும். ஒரு மனிதன் எப்போதும் அன்பாகவே இருக்க முடியுமா? ஒரு நபர் எதைப் பேசினாலும் அன்போடே பேசுகிறார், எல்லோரையும் அன்பாலேயே எதிர்கொள்கிறார், கோபத்தைக்கூட அன்பாலேயே வெளிப்படுத்துகிறார் என்று சொன்னால் அதை எப்படி ஏற்றுக்கொள்ள முடியும். இயல்பான ஒரு மனிதன் அந்த மாதிரி இருக்கக்கூட முடியுமா

நச்சினைத்தின் நிகழ்வெளி
புதுவை இளவேனில்

என்று எனக்கு வியப்பு. அதுவே அவர் குறித்த எதிர்க்கருத்தை எனக்குள் விதைக்கிறது. இவர் சொல்கிற மாதிரியே எல்லோரும் இருப்பார்களா என்று எனக்குள் சந்தேகம் எழுகிறது.

இந்த நேரத்தில் பவாவிடமிருந்து எனக்கு ஒரு ஃபோன் வருகிறது. கரகரப்பான குரல். எனக்குப் பொதுவாக யாராவது புகழ்ந்தால் தாங்கிக்கொள்ளவே முடியாது. அன்றைக்கு பவா என் புகைப்படங்களைப் பற்றி புகழ்ந்து தள்ளுகிறார். எனக்கானால் தர்மசங்கடம். சுந்தர ராமசாமியை நான் எடுத்த புகைப்படங்களைக் குறித்து வியந்தோதுகிறார். அதுபோல எனக்கும் ஒன்று செய்து தர முடியுமா? கேரளாவில் என்னுடைய பேட்டி ஒன்றை எடுத்திருக்கிறார்கள். அதற்குப் புகைப்படங்கள் கேட்கிறார்கள். நீங்கள் எடுத்துக் கொடுத்தால் நான் மகிழ்வேன் என்று தேரிவிக்கிறார்.

நிச்சலனத்தின் நிகழ்வெளி
புதுவை இளவேனில்

அவர் குறிப்பிட்ட தினத்தில் நான் அங்கு சென்று இந்தப் புகைப்படங்களை எடுத்துக் கொடுத்தேன். ஒரு நாள் காலைமுதல் மாலைவரை அவரது பண்ணையிலும் வீட்டிலும் வைத்துப் புகைப்படங்கள் எடுத்தேன். பொதுவாக நாம் பவாவைப் பார்க்கும் எந்தச் சாயலும் இந்தப் புகைப்படங்களில் இருக்கக்கூடாது என்கிற முன்முடிவோடு செயல்பட்டேன். படங்கள் எனக்கு திருப்தியாக வந்தன. பவாவையும் அவை கவர்ந்தன என்பதை அவர் மற்றவர்களிடம் பகிர்ந்துகொண்டதைக் கொண்டு அறிந்துகொண்டேன். என்னைப் பலரும் புகைப்படங்கள் எடுத்திருக்கிறார்கள் என்று அவர் எப்போதெல்லாம் குறிப்பிடுகிறாரோ அப்போதெல்லாம் அவர் என் பெயரையும் தவறாமல் குறிப்பிடுகிறார் என்பதை அறிகிறேன். ஒரு முறை அவர் என் பெயரைக் குறிப்பிட்டுப் பேசிக்கொண்டிருக்கும்போதே அங்கிருந்து யாரோ ஒருவர் என்னை அழைத்து, 'பவா உங்களைப்பற்றி சிறப்பாகச் சொல்லிக்கொண்டிருக்கிறார்' என்று குறிப்பிடுகிறார். அவர் குறிப்பிட்டதைக் கேட்டு பத்துபேராவது கூப்பிட்டு விடுவார்கள்.

நீச்சலைத்தின் நிகழ்வெளி
புதுவை இளவேனில்

தமிழ்ச்சூழலில் பொதுவாக சிலர் பவாவைப் பற்றி இப்படிக் குறிப்பிடுவதுண்டு. 'இவர் கதை சொல்வதால் மற்றவர்கள் கேட்டுவிட்டு நகர்ந்துவிடுகிறார்கள். இப்படிச் செய்தால் எப்படி வாசகர்கள் என்கிற இனம் நிலைத்திருக்கும்' என்று. அது முற்றிலும் தவறு என்பதே எனது அபிப்பிராயம். ஒரு கதையை அவர் சொல்லக் கேட்டு அதன்பிறகு அதைத் தேடிச் சென்று வாசிக்கும் பலரையும் நான் அறிந்திருக்கிறேன். படிக்காதவர்களைக் கூட அவரின் கதை சொல்லல் படிக்க வைத்துவிடும் என்பதே உண்மை. சிலர் சொல்வார்கள், 'அவர் சொன்ன கதையைப் படித்துப் பார்த்தேன். அது வேறு விதமாக இருந்தது' என்று. சிலர் சொல்வார்கள், 'அவர் அந்தக் கதையை வாசிப்பதை விட சிறப்பாகச் சொல்கிறார்' என்று.

ஒரு முறை கி.ரா.வின் கதையை அவருக்கே பவா சொன்னார். கேட்டுவிட்டு கி.ரா, 'நல்லா சொல்றார்ப்பா...' என்று என்னிடம் சொன்னார். பொதுவாக வாசிக்கிற சூழல்தானே இருக்கிறது. கேட்கிற சுகத்தை இவர்தானே தருகிறார் என்றுதான் எனக்குத் தோன்றுகிறது. இதற்காகவே இவர் கொண்டாடப்படவேண்டியவர் என்பது என் கருத்து.

அவர் நடத்தும் உண்டாட்டு நிகழ்ச்சிகளில் கலந்து கொண்டிருக்கிறேன். குறிப்பாக எஸ்.ராமகிருஷ்ணனைப் பற்றிய உண்டாட்டு. பின்னொரு நாள் பிரபஞ்சனை நான் எடுத்த புகைப்படங்களின் கண்காட்சிகூட அங்கே நிகழ்த்தப்பட்டது. அப்போதும் ஒருமுறை போயிருந்தேன். சா.கந்தசாமியை நான் அங்கேதான் சந்தித்தேன். ஆரம்பத்தில் யாரோ என்று விலகினார். பிற்பாடு என் பெயரைக் கேட்டதும் கிட்டத்தட்ட மூன்று மணிநேரங்கள் என்னோடு உரையாடிக்கொண்டிருந்தார். அப்போது நான் அவரை எடுத்த புகைப்படங்கள் இப்போதும் பதியப்படுகின்றன.

ஒரு விஷயத்தை இங்கே குறிப்பிடவேண்டும். பவா செல்லத்துரை வீட்டுக்கு யார் எப்போது போனாலும் பிரியாணி சாப்பிடலாம் என்று ஒரு பேச்சு உண்டு. அன்றைக்கு எனக்கும் விருந்து தயாராக இருந்தது. என்னுடைய பொதுவான பழக்கம் நான் புகைப்படம் எடுக்கப் போகிறவர்களுக்கு எந்த செலவும் வைக்க மாட்டேன். அவர் வருத்தப்பட்டாலும் பரவாயில்லை என்று நான் வெளியே போய் சாப்பிட்டுவிட்டு வந்தேன். அவர் வீட்டுக்குப் போய் சாப்பிடாமல் வந்த ஒரே ஆள் நான்தான் என்று பெருமைப்பட்டுக்கொள்ளலாமா என்று தெரியவில்லை.

நச்சலனத்தின் நிகழ்வெளி
புதுவை இளவேனில்

15

அழகிய பெரியவன்

பொதுவாக நான் படித்து வியந்த எழுத்தாளர்களைத் தேடிப்போய் புகைப்படம் எடுப்பதுதான் வழக்கம். எழுத்தாளர் அழகிய பெரியவன் விஷயத்தில் அப்படியல்ல. அவரது ஒரே ஒரு சிறுகதைத் தொகுப்பை மட்டுமே நான் இதுவரை வாசித்திருக்கிறேன். அது, ‘அம்மா உழைப்பதை நிறுத்திக்கொண்டார்’ என்கிற தலைப்பிலான தொகுப்பாக இருக்கலாம். அல்லது அந்தப் பெயரிலான கதையாகக்கூட இருக்கலாம். ஒரு அம்மா தன் குழந்தைகளுக்காகக் கடுமையாக உழைப்பதைப் பற்றிய கதை. தோழர் மார்க்ஸின் சவக்குழி முன்பு நின்றுகொண்டு, தோழர் எங்கெல்ஸ், ‘மார்க்ஸ் சிந்திப்பதை நிறுத்திக்கொண்டார்’ என்று சொன்னது எனக்கு நினைவுக்கு வருகிறது. அதைப்போலத்தான் என் அம்மா, எங்களுக்காக உழைப்பதை நிறுத்திக்கொண்டார் என்று அந்தக் கதை முடியும்.

நிச்சலனத்தின் நிகழ்வெளி

கிட்டத்தட்ட பதினைந்து வருடங்களுக்கு முன்னால்தான் என் தொழில் நிமித்தம் அவரை முதன் முதலில் நான் சந்தித்தேன். அப்போது அவர் தலித் முரசு பத்திரிகையில் ஆசிரியர் குழுவில் பணியாற்றிக்கொண்டிருந்தார். அந்தப் பத்திரிகைக்கான ஒரு புகைப்பட ஒப்பந்தத்தில்தான் அவரை முதலில் பார்த்தேன். அவர் ஓர் எழுத்தாளர் என்பதை நான் ஏற்கெனவே அறிந்திருந்தேன். அதன்பிறகு அவரோடு தொடர்ந்து நான் தொடர்பிலிருக்கிறேன்.

அடிக்கடி நாங்கள் அலைபேசியில் உரையாடிக்கொண்டுதான் இருக்கிறோம். எனக்காக, 'கண்ணாடி' என்கிற பெயரில் ஒரு குறும்படத்துக்கான கதையைக்கூட எழுதிக்கொடுத்தார். பல எழுத்தாளர்களிடமும் நான் கேட்டு தோற்றுப்போயிருக்கிறேன். தருகிறேன் என்று சொல்வார்கள் தர மாட்டார்கள். அழகிய பெரியவன், ஒரே வாரத்தில் எழுதிக்கொடுத்தார். நான்தான் அந்தக் குறும்படத்தை இன்னும் எடுக்கவில்லை. அதைப்பற்றிக்கூட அவர் ஒரு வார்த்தை கேட்டது கிடையாது.

ஓர் எழுத்தாளர் என்பதையும் மீறி நல்ல நண்பராகவே நான் அவரை அணுகுகிறேன். அப்படித்தான் ஒருமுறை பேசிக் கொண்டிருக்கும்போது உங்களுடைய 'பீ' நாவல் என்று சொல்லிவிட்டேன். என் ஞாபகத்தில் அப்படித்தான் இருந்தது. அவர் மிக மென்மையாக மறுத்தார். 'அது நான் எழுதியதல்ல, என் நண்பர் பெருமாள் முருகன் எழுதியது' என்று தெரிவித்தார். பெருமாள் முருகனைப் பற்றி மிக உயர்வான கருத்துகளை அவர் என்னிடம் தெரிவித்தார். சக படைப்பாளிகளை மதிக்கிற அவரது பண்பை நான் குறிப்பிட்டுச் சொல்லத்தான் வேண்டும்.

பொதுவாக தலித் எழுத்தாளர் என்கிற அடையாளத்தில்தான் அவரும் அறியப்பட்டார் என்பதை நான் ஏற்கெனவே அறிந்திருந்தேன். நான் முன்பே சொன்னபடி அவரது படைப்புகளை அதிகம் வாசித்திராததினால் அப்படித்தான் இருக்கும் என்றுதான் நானும் நினைத்துக்கொண்டிருந்தேன்.

வழக்கில் தலித் எழுத்தாளர்களின் படைப்புகள் ஒடுக்கப்பட்ட மனிதர்களின் வாழ்வியலையும் துயரங்களையும் மேல்சாதியின் அடக்குமுறையையும் அவர்கள் மீது அதிகாரிகள் பிரயோகிக்கும் அபாண்டமான குற்றச்சாட்டுகளையும் மையமாக வைத்தே காணப்பட்டு வருகின்றன என்பதை அனைவரும் அறிவோம். ஆனால் அழகிய பெரியவன் தன் எழுத்தைப் பற்றி ஒருமுறை பேசிக்கொண்டிருந்தபோது தன்னுடைய எழுத்துக்களை தலித் அடையாளத்துக்குள் அடைக்க முடியாது என்று தெரிவித்தார். தான் எழுத வந்தபிறகுதான் தலித் எழுத்தாளர்கள் அந்த வட்டத்துக்கு வெளியேயும் எழுத முடியும் என்கிற நிலை உருவாகிற்று என்பதாக ஆணித்தரமாகத் தெரிவித்தார். பொதுவெளியில் அவரது படைப்புகளைப் பார்ப்பவர்கள் இந்தக் கூற்றைக் கண்டிப்பாக ஆமோதிப்பார்கள் என்பதில் சந்தேகம் இல்லை.

நிச்சலனத்தின் நிகழ்வெளி
புதுவை இளவேனில்

இடையில் எனக்கு ஓர் அழைப்பிதழ் வந்தது. புதுவையில் நடக்கும் இலக்கியக் கூட்டம். அதில் அழகிய பெரியவன் கலந்துகொள்கிறார் என்று இருந்தது. உடனே நான் அவரைக் கூப்பிட்டிருக்க வேண்டும். வேலைப் பளுவில் தவறிவிட்டேன். ஆனால் கூட்டத்தன்று பேரனாம்பட்டு ஊரிலிருந்து புதுச்சேரிக்கு பஸ் ஏறிவிட்டு என்னை அவரே அழைத்தார். 'புதுச்சேரி வருகிறேன், உங்களை சந்திக்க முடியுமா?' என்று கேட்டார். நான் அவரிடம், 'இன்று மாலை நான்கு மணிக்கு சந்திக்கலாம். அப்படியே ஒரு புகைப்பட செஷன் வைத்துக்கொள்ளலாமா?' என்று விசாரித்தேன். அவர் ஆறு மணிக்கு தனக்கு மீட்டிங் இருப்பதாகவும் அதற்குள் முடித்துக்கொள்ள வேண்டும் என்றும் தெரிவித்தார். அடுத்தபடியாக 'ஆவநாழி' ஆசிரியரை அழைத்து, 'இந்த இதழுக்கு அழகிய பெரியவன் புகைப்படங்களைத் தரலாமா?' என்று கேட்டபோது, அவரும் உடனே ஒப்புக்கொண்டார். எனவே 'ஆவநாழி' ஆல்பம் தொடருக்காக என்னால் புகைப்படம் எடுக்கப்பட்ட

நச்சினத்தின் நிகழ்வெளி
புதுவை இளவெனில்

முதல் எழுத்தாளர் அழகிய பெரியவன்தான். கிடைத்த இரண்டு மணிநேரத்தில் இந்தப் புகைப்படங்களை எடுத்தேன். பிறகு கூட்டம் முடிந்ததும் இரவு பன்னிரண்டு மணிவரைக்கும் அவரோடு பேசிக்கொண்டிருந்தேன்.

பதினைந்து வருடங்களுக்குப் பிறகு அவரை நேரில் சந்திக்கிறேன். ஒரு மாற்றத்தையும் என்னால் கண்டுபிடிக்க முடியவில்லை. அதே அழகிய பெரியவன்தான். ஓர் உண்மையான மனிதன் அவ்வளவு சுலபத்தில் மாற்றம் கொள்வதில்லை என்பதை நான் நம்புகிறேன்.

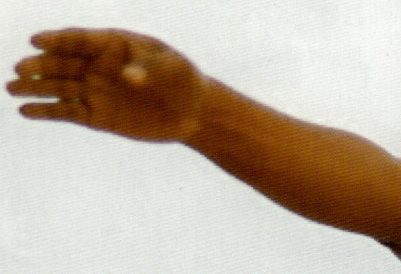

நிச்சலனத்தின் நிகழ்வெளி
புதுவை இளவேனில்

16

இளம்பாரதி

ஒரு கல்யாண ஷூட்டில் இருந்தபோது ஒரு ஃபோன் வந்தது. எழுத்தாளர் இளம்பாரதியின் புதல்வி விஜி பேசினார்கள். தன்னுடைய தந்தையாருக்கு 90 வயது பூர்த்தியாகியுள்ள நிலையில் ஒரு மலர் கொண்டுவர இருப்பதால் அதற்கு அவரைப் புகைப்படங்கள் எடுத்துத் தர இயலுமா என்று அவர் கேட்டார். நான் பதறிவிட்டேன், 'மேடம் நான்தான் தவறு செய்துவிட்டேன். அவரை எப்போதோ நான் புகைப்படம் எடுத்திருக்கவேண்டும். தவறிவிட்டது' என்று சொல்கிறேன். 'அதற்கு எவ்வளவு பணம் கொடுக்கவேண்டும்?' என்று அவர் கேட்கிறார். 'பணமெல்லாம் வாங்கிக்கொள்ள மாட்டேன். இது என் கடமை. நான் சொல்கிற ஒரு நேரத்தில் அவரைத் தயாராக இருக்கச் சொல்லுங்கள் அது போதும்' என்று சொல்கிறேன். அதன்படி ஒருநாளைக் குறிக்கிறோம். 'காலை ஆறு

நிச்சலனத்தின் நிகழ்வெளி
புதுவை இளவேனில்

மணிக்கு நான் சொல்லும் இடத்துக்கு அவர் வர முடியுமா' என்று கேட்க, அவர்களும் சம்மதிக்கிறார்கள்.

ஃபங்சுவாலிட்டி விஷயத்தில் நான் கொஞ்சம் வீக். ஆனால் அவர் அப்படியல்ல என்பது அன்றைக்குத் தெரிந்தது. நான் சொன்னபடி இந்தியன் பேங்க் வாசலுக்கு ஆறுமணிக்கு முன்பே வந்து சரியாக ஆறு மணிக்கு எனக்கு ஃபோனடித்தும் விட்டார். நானோ அப்போதுதான் எழுகிறேன். 'ஆன் தி வே' என்று ஓர் அவசரப் பொய்யை எடுத்து வீசுகிறேன். அடுத்த அரைமணிநேரத்தில் இதேவிதமாக ஒரு பத்து பொய். அவருக்கு விளங்கிவிட்டது. கிளம்பி வீட்டுக்குப் போய்விட்டார்.

அப்புறம் நான் போய்ச் சேர்ந்து அவரிடம் 'நாம் இதற்கு முன்னால் ஒரே ஒரு தடவைதான் சந்தித்திருக்கிறோம்' என்று சொன்னபோது அதை அவர் திருத்தினார். 'இரண்டு முறை.' எனக்கு ஞாபகமே இல்லை. அவரே ஞாபகப்படுத்தினார், 'கி.ரா. வீட்டில் ஒருமுறை சந்தித்திருக்கிறோமே...' அப்புறம்தான் எனக்கே ஞாபகம் வருகிறது.

அவரது வீட்டுக்கு அருகிலிருக்கும் ஆரோவில் பீச்சுக்குப் போனோம். அந்தப் பின்னணியில் சில புகைப்படங்களை எடுத்தோம். அதன் முடிவில் அங்கே மணலில் இருந்த ஒரு மீனவப் படகின் மீது ஏற முடியுமா என்று கேட்டேன். சற்றும் தயங்காமல் ஓர் எட்டுவயசுப் பையனைப்போல காலைத் தூக்கிப்போட்டுவிட்டார். 'சார்' என்று பதறுகிறேன். 'அதெல்லாம் ஏறிவிடுவேன்' என்று ஏறியும்விட்டார். தொன்னூறு வயதில் அவரது ஒத்துழைப்பைப் பார்த்து அசந்துபோய்விட்டேன்.

நிச்சலனத்தின் நிகழ்வெளி

புதுவை இளவேனில்

பிறகு ஆரோவில்லில் சில புகைப்படங்கள் எடுத்தோம். ஆனால் திருப்தியாக இல்லையே என்று இருந்தது. இதற்குள் அவர் எட்டு மணிக்கே காலை உணவை எடுத்துக்கொள்வார் என்று தெரியவந்ததால் அருகிலிருக்கும் ஒரு ஹோட்டலுக்கு அழைத்தபோது 'நான் வீட்டில்தான் சாப்பிடுவேன்' என்று மறுத்துவிட்டார். 'லைட் போய்விடும் சார்' என்று கன்வின்ஸ் செய்து ஒருவழியாக அழைத்துப் போனபோது மனமேயில்லாமல் ஒரே ஒரு இட்லிதான் சாப்பிட்டார். அதனால் அவர் வீட்டுக்கே போய்ச் சேர்ந்தோம். ஆனால் நான் எதிர்பாராதபடி அவர் வீட்டில் நல்ல லைட்டிங்கும் கலரும் அமைந்திருந்தன. அவருடைய கலருக்கும் அந்த ஜன்னலின் கலருக்கும்

அற்புதமான பொருத்தம். ஒரு ஃப்ரேமில் பார்த்தால் லா.ச.ரா. மாதிரி தெரிந்தார். அதை நான் அவரிடமே வியந்து சொன்னேன். அப்புறம் அவர் எழுதுவதுபோல புகைப்படம் எடுக்கலாம் என்று சொன்னபோது மேசையில் ஒரு தெலுங்கு புத்தகத்தை வைத்துக்கொண்டு அதை அடுத்த வினாடி தமிழில் மொழிபெயர்க்க ஆரம்பித்துவிட்டார். அந்தப் படங்களும் திருப்திகரமாக வந்தன. அந்த வயதில் அவர் அவ்வளவு வேகமாக மொழிபெயர்ப்பதைப் பார்த்து வியந்தவனாக எனக்கு வேண்டிய புகைப்படங்கள் கிடைத்துவிட்டன என்பதால் 'கிளம்புகிறேன்' என்று சொன்னேன். அவர் என்னை நிறுத்தி, 'கம்ப்யூட்டரிலும் எழுதுவேன் பாருங்கள்' என்று சொல்லிவிட்டு கம்ப்யூட்டரை இயக்க ஆரம்பித்தார். அதையும் புகைப்படத்தில் ஆவணப்படுத்தினேன்.

9.30க்கு ஸ்டுடியோவைத் திறக்கவேண்டும் என்பதனால் கிளம்ப எத்தனிக்கையில் கையில் ஒரு பந்தை எடுத்துக்கொண்டு விளையாட ஆரம்பித்துவிட்டார். நான் ஆக்டிவ்வாக இருப்பதற்கு இதுதான் காரணம் என்று சொல்லிப் புன்னகைத்தார். அந்தப் படமும் இங்கே சேர்க்கப்பட்டிருக்கிறது. நான் கிட்டத்தட்ட முப்பது வருடங்கள் கி.ரா.வுடன் இருந்திருக்கிறேன். அவரிடம் ஒரு நேர்த்தியான ஒழுங்குநிலை இருக்கும். இவரிடம் அதையும் தாண்டிய ஒரு ஒழுங்கு நிலை இருப்பதை நான் பார்த்தேன். இவருக்கும் அவருக்கும் கிட்டத்தட்ட ஒரேவிதமான வேவ்லென்த் தான். சாதாரணமாக நான் பார்க்கும் எழுத்தாளர்களைப்போல இல்லாமல் சட்டையை பேன்ட்டில் இன் செய்து, தொப்புளுக்கு மேலே பெல்ட்டெல்லாம் கட்டி ஒருமாதிரி வாத்தியார் போன்ற தோற்றத்தில் இருப்பார். முப்பது வருஷத்துக்கு முன்பே இவர் பழகுவதற்கு அணுக்கமாக இருக்கமாட்டார் என்று நானே ஒரு முன்முடிவோடுதான் அத்தனை நாட்களைக் கடந்து வந்திருந்தேன். இந்தப் புகைப்படங்கள் இவ்வளவு நாட்கள் தாமதமானதும்கூட அதனால்தான். எனக்கு 25 வயது இருக்கும், அப்போது மலையாள இதழ் 'மாத்யம'த்தில் என்னுடைய இன்டர்வியூ ஒன்று வெளிவந்திருந்தது. அதை மொழி பெயர்க்கவேண்டும் என்று நான் கி.ரா.விடம்

சொன்னபோது அவர் பரிந்துரைத்த பெயர் இளம்பாரதிதான். கி.ரா. அவரை 'துளசி சார்' என்றுதான் குறிப்பிடுவார்.

நான் 'மாத்யமம்' பத்திரிகையை எடுத்துக்கொண்டு அவர் வீட்டுக்குப் போனேன். வயது வித்தியாசம் பார்க்காமல் மிகுந்த மரியாதையோடு அவர் என்னை எதிர்கொண்டார். அவரிடம் கொடுத்துவிட்டு வந்துவிட்டேன். அதை மறந்தும் விட்டேன். கி.ரா. சொல்வதுபோல நான் போன மாட்டைத் தேடவும் மாட்டேன், வந்த மாட்டைக் கட்டவும் மாட்டேன். அப்படி ஒரு நல்ல சுபாவம். பார்க்க வாத்தியார் மாதிரி இருக்கிறார், இந்த சின்னப் பயலுக்கு வேறு வேலை இல்லை என்று ஒரு பக்கம் தூக்கிப்போட்டுவிடுவார் என்று ஒரு நம்பிக்கை. ஆனால் மூன்றாவது நாள் அவரிடமிருந்து ஒரு ஃபோன், 'தயாராக இருக்கிறது வந்து வாங்கிக்கொள்ளுங்கள்' என்று. என்னால் நம்பவே முடியவில்லை.

அவருக்கு ஏழு மொழிகள் தெரியும் என்பதை அறிந்தபோது நான் அசந்துபோனேன். தமிழ், தெலுங்கு, ஹிந்தி, சமஸ்கிருதம், கன்னடம், மலையாளம், ஆங்கிலம். அத்தனை மொழிகளிலும் எழுதவும் வாசிக்கவும் அவரால் முடியும். இதனால் ஒரு மொழியில் வெளிவந்த படைப்பை ஆங்கிலம் வழியாகத் தமிழுக்குக் கொண்டுவருகிற சோலியெல்லாம் கிடையாது. மூலமொழி யிலிருந்துதான் அவர் மொழிபெயர்ப்பை நிகழ்த்துவார். புத்தகத்தைக் கண் பார்த்துக் கொண்டிருக்கும். மொழியை மூளை மாற்றிக் கொண்டிருக்கும் கை அதை எழுதிக் கொண்டிருக்கும். இது படுவேகமாக நடக்கும். அவர் வைத்திருந்த ஒரு நோட்டைப் பார்த்து ஆச்சர்யப்பட்டேன். ஒரு பக்கத்தில் தெலுங்கில் குறிப்பு இருந்தால் அடுத்த பக்கத்தில் சமஸ்கிருதத்தில், இன்னொரு பக்கத்தில் மலையாளத்தில். இப்படி ஒருவர் தானே கைப்பட ஒரு

நோட்டில் பல மொழிகளில் குறிப்பெழுதி வைத்திருக்க முடியும் என்று யாராவது சொல்லியிருந்தாலும் நான் நம்பியிருப்பேனா என்று தெரியவில்லை. 'இது எப்படி சார் சாத்தியம்?' என்று கேட்டேன், அவர் சொன்னார், 'சங்கீதத்தில் சாதகம் இல்லையா, அதுபோல் இது மொழிச் சாதகம்...'

இளம்பாரதி புதுவையின் ஒரு பொக்கிஷம். கொண்டாடப்படவேண்டிய மனிதர். அவரை இந்தத் தொகுப்பில் சேர்ப்பது என் கடமை என்று நான் நினைக்கிறேன்.

இசைக் கலைஞர் வரிசை

இசை

17

டி.கே.பட்டம்மாள்

ஒரு புகைப்படக் கலைஞனாக எழுத்தாளர்களைத்தான் தொடர்ந்து பதிவு செய்துகொண்டிருந்தேன். சுந்தரராமசாமியை நான் எடுத்த புகைப்படங்களைப் பார்த்துத் தன்னுடைய பிரௌஷருக்குத் தேவைப்படும் புகைப்படங்களை நான் எடுத்துத் தரவேண்டும் என்று கர்னாடக இசைக்கலைஞர் சஞ்சய் சுப்பிரமணியம் என்னை அணுகினார், அவர்தான் நான் புகைப்படம் எடுத்த முதல் இசைக்கலைஞர்.

இசையைப் பொருத்தவரைக்கும் என்னுடைய ரசனை மிகவும் சாமான்யனுக்கானது. எம்.எஸ்.சுப்புலட்சுமியை புகைப்படம் எடுக்க வேண்டும் என்று எனக்குள் ஒரு பேராசை இருந்து வந்திருந்தது. அவர் என்னுடைய கனவுப் பேரரசியாக இருந்தார். மானசீகமாக நான் நேசித்த பெண்களில் அவரும் ஒருவர். அவரை எனக்குப் பிடித்தது, அவர் பாடிய பாடல்களுக்காகவோ,

அவரது இசை மேதமைக்காகவோ, அவரது வசீகரமான குரல்வளத்திற்காகவோ அல்ல. அவர் மிக அழகாக இருப்பார், அதனால். அதிலும் அவரது மூக்குத்திக்கு நான் அடிமையாக இருந்தேன். ஆனால் அவரை நான் புகைப்படம் எடுக்க இயலாமலே அவர் மறைந்துவிட்டார்.

இந்தச் சமயத்தில்தான் கோவையிலிருந்து சமூக ஈடுபாட்டாளர் ரவீந்திரன் சாரும் எழுத்தாளர் சுதேசமித்திரனும் என்னை அழைத்து 'டி.கே.பட்டம்மாளை புகைப்படம் எடுக்கவேண்டும்' என்று கேட்டுக்கொண்டார்கள். ரவீந்திரன் சாரின் நண்பர் கோபிநாத் அவர்களின் புதல்வரும் டி.கே.பட்டம்மாளின் புதல்வரும் தோழர்கள். அந்த வகையில் டி.கே.பட்டம்மாளைப் பற்றிய ஒரு காஃபி டேபிள் புத்தகத்தை அவர்கள் தயாரித்துக்கொண்டிருந்தார்கள். அதற்குத்தான் புகைப்படம் எடுக்கவேண்டும்.

எம்.எஸ்.சுப்புலட்சுமியை அறிந்து வைத்திருந்ததைப்போல நான் பட்டம்மாளை அறிந்திருக்கவில்லை. இருந்தாலும் ஏதோவொரு வகையில் எனது கனவு நிறைவேறப்போகிறது என்று நான் நினைத்தேன். பட்டம்மாளைப் பற்றி தெரிந்துகொள்ள ஆரம்பித்தேன்.

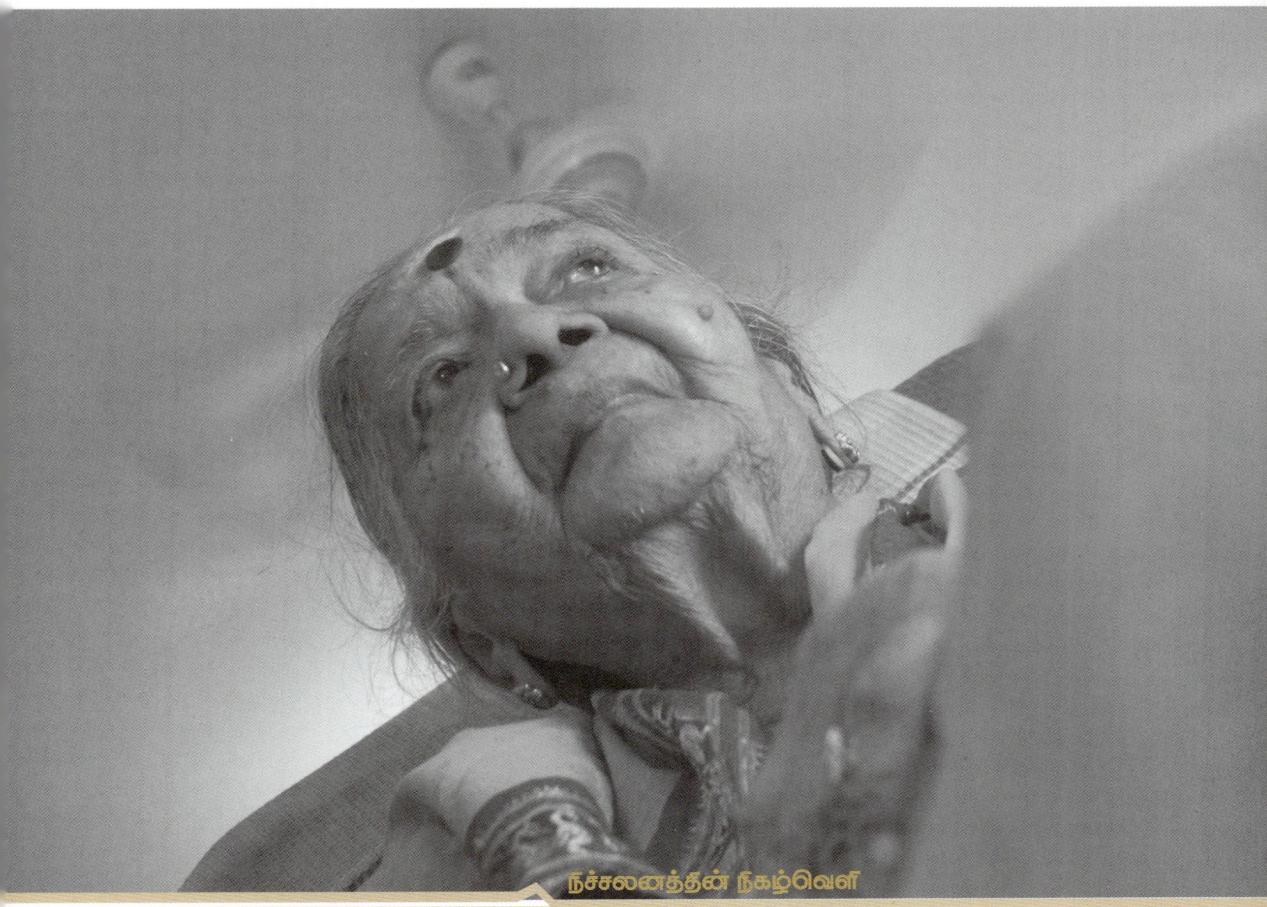

ஒரு பெரிய கனவோடு சென்னையில் பட்டம்மாள் வாழ்ந்த வீட்டுக்கு நான் சென்றேன். அவரைப் பார்த்தபோது நான் பெரும் அதிர்ச்சிக்குள்ளானேன். அத்தனை பெரிய பாடகி காது, வாய் மற்றும் கண்கள் முதலான புலன்களின் சக்தியை இழந்து ஒரு குழந்தைபோல அமர்ந்திருந்தார். நான் எடுத்த புகைப்படங்கள் அதைக் காட்டிக் கொடுக்கப்போவதில்லை என்றாலும் நான் அடைந்த அதிர்ச்சி அதிர்ச்சிதான். அது எனக்குள் ஒரு பெரிய கதவைத் திறந்து விட்டதுபோல் நான் உணர்ந்தேன்.

இசையைப் பொறுத்தவரை நான் ஒரு ஞானசூனியம். இசையை நுகரவே அறியாதவன் நான். கேட்கத் தெரியுமே தவிர ரசிக்கவே தெரியாது. இளையராஜா எம்.எஸ்.வி. பாடல்களையே எடுத்துக்கொண்டால் எல்லோரும் விரும்பும் சிறந்த பாடல்கள் என் விருப்பப் பட்டியலில் இருக்காது. ஆனால் பட்டம்மாளைப் பற்றி அறிந்துகொள்ள ஆரம்பித்தபோது அவர் எவ்வளவு பெரிய ஆளுமை என்பதைக் கண்டு வியந்துபோனேன். என்னைப் பொறுத்தவரைக்கும் எம்.எஸ்.ஸை விடவும்

பேரரசி பட்டம்மாள்தான். அவரது வீச்சு மிகப்பெரியது. அவரோடு பணியாற்றுகிறேன் என்பதே கனவுலகில் மிதப்பதைப்போல இருந்தது.

அவர் பிறந்த தாமல் கிராமம் முதற்கொண்டு பல இடங்களுக்குச் சென்று புகைப்படங்கள் எடுத்தேன். டிஜிட்டல் வந்துவிட்ட காலம் என்பதால் டிஜிட்டலில்தான் எடுத்தேன். அவரை எடுத்த புகைப்படங்களில் அவர் கையெடுத்துக் கும்பிடும் புகைப்படம் ஒன்று. அது இப்போதும் என் கனவில்கூட வந்துகொண்டிருக்கிறது. எத்தனையோ படங்கள் எடுத்திருக்கிறேன். அந்தக் குறிப்பிட்ட படம் என்னை வேறு ஓர் உயரத்துக்குக் கொண்டு சென்றது என்பதே உண்மை. அந்தப் படத்தைப் பல பத்திரிகைகள் கேட்டு வாங்கி வெளியிட்டன. என்னுடைய புகைப்படங்களை யாருக்கேனும் அனுப்ப வேண்டுமானாலும் அந்தப் பட்டியலிலும் அந்தப் படம் முதலிடம் பெற்றிருக்கும்.

டி.கே.பட்டம்மாள் ஒரு மிகப்பெரிய ஆளுமை. நான்

ஒரு சிறு துரும்பு. அவரை நான் புகைப்படம் எடுத்திருக்கிறேன் என்பதே ஒரு பெரிய விசிட்டிங் கார்டாக இருந்தது. எத்தனையோ ஆளுமைகளைப் புகைப்படம் எடுத்திருந்தாலும் நான் பட்டம்மாளை எடுத்திருக்கிறேன் என்று சொல்லிக்கொள்ளும்போது இசை அறிந்தவர்கள் எனக்குத் தருகிற முக்கியத்துவம் இருக்கிறதே அது மிகப் பெரிய மரியாதை. அவரது மிக மதிப்பான கணங்களை நான் பதிவு செய்திருக்கிறேன் என்பது எனக்குப் பெரிய பெருமை.

18

சஞ்சய் சுப்ரமணியன்

சுத்த கர்நாடகம் என்பார்களே அது எனக்குத்தான் பொருந்தும். கர்நாடக சங்கீதம் என்றால் என்ன என்பதே எனக்குத் தெரியாது. தெரியாது என்றால் மூன்று காலங்களிலும் இதுதான் என் நிலைப்பாடு. இலக்கியவாதிகளைப் புகைப்படம் எடுத்துக்கொண்டிருந்தேன் என்று சொன்னால் எனக்குள் இருந்த வாசிப்பு அனுபவம் அதற்குப் பக்கபலமாக இருந்தது. ஆனால் எனக்கு முற்றிலும் சம்பந்தமோ ஆர்வமோ இல்லாத கர்னாடக சங்கீதத்தின் உச்சத்தில் இருக்கும் மூன்று பேரைப் புகைப்படம் எடுக்க எனக்கு வாய்த்ததென்றால் அதுவெல்லாம் என் தகுதிக்கு ரொம்பவும் அதிகம் என்றுதான் சொல்லிக்கொள்ள வேண்டும். இன்றுவரை கர்னாடக சங்கீதத்தைக் காது கொடுத்துக் கேட்கக்கூட ஆர்வமில்லாத ஒருவனுக்கு இந்த மாதிரி வாய்ப்புகள் கிடைத்தால் வேறு எப்படிச் சொல்லிக்கொள்ள?

சங்கீதத்துக்காக என்று இல்லாமல் பொதுவானவோர் ஆளுமையாக எம்.எஸ்.சுப்புலக்ஷ்மியை புகைப்படம் எடுக்கவேண்டும் என்கிற என் ஆர்வம் நிறைவேறாமல் போயிருக்க, அவருக்கு இணையான இன்னொரு ஆளுமையான டி.கே.பட்டம்மாளைப் புகைப்படம் எடுக்க எனக்கு வாய்ப்பு கிடைத்தது. அதுவும் தொழில் ரீதியாகத்தான். நமக்கு ஆர்வமில்லாத துறையாயிற்றே... அப்புறம் எங்கே தேடிப்போய் புகைப்படம் எடுக்க? அதே வகைமையில்தான் அடுத்த இரு ஆளுமைகளான சஞ்சய் சுப்ரமண்யன் மற்றும் டி.எம்.கிருஷ்ணா ஆகியோரையும் நான் புகைப்படம் எடுக்க நேர்ந்தது.

சுந்தர ராமசாமியைப் புகைப்படம் எடுத்து ஓரளவு புகழை எட்டியிருந்த சமயத்தில் ஒருநாள் காலச்சுவடிலிருந்து அரவிந்தன் என்னை அழைத்தார். 'ஓர் ஆளுமையைப் புகைப்படம் எடுக்க வேண்டும். அவர் நீங்கள் வழக்கமாக எடுக்கிறபடி எழுத்தாளர் அல்ல. அப்படி மற்ற துறையைச் சேர்ந்த ஆளுமைகளையும் நீங்கள் புகைப்படம் எடுத்துத் தருவீர்களா?' என்று கேட்டார். பெயரையெல்லாம் சொல்லவில்லை. சொல்லியிருந்தால் மட்டும் என்ன நேர்ந்திருக்கப்போகிறது? 'தாராளமாக எடுத்துத் தருகிறேன்' என்று சொன்னேன். அடுத்த

அழைப்பில் திட்டத்தை உறுதி செய்தார். -நான் எடுக்க வேண்டிய ஆளுமை சஞ்சய் சுப்பிரமண்யன். சென்னையில் அவரது வீட்டில் போய் எடுக்கவேண்டும். நான் அதற்கு ஐந்தாயிரம் ரூபாய் பணம் கேட்டேன். 2006 காலகட்டத்தில் அது அதிகக் கட்டணம். அப்போதுதான் டிஜிட்டல் எஸ்.எல்.ஆர். கேமராக்கள் பரவலாகத் தொடங்கி எல்லாப் புகைப்படக்காரர்களும் டிஜிட்டலுக்கு மாறிக்கொண்டிருந்த தருணம். என்னிடம் 350D கேமரா ஒன்று இருந்தது. அதை எடுத்துக் கொண்டுதான் புறப்பட்டேன்.

சென்னையில் சஞ்சய் அவர்களின் வீடு மிகுந்த கலையம்சத்தோடு காணப்பட்டது. அவரது சமுதாய மதிப்பை அது பறைசாற்றியது. அது எனக்கு முதல் பிரம்மிப்பாக இருந்தது. ஏனென்றால் அவரைப் பற்றி எதுவுமே தெரியாமல்தான் அவர் வீட்டுக்குப் போய்ச் சேர்ந்திருந்தேன். அவரை முதன்முதலாக அப்போதுதான் நான் பார்க்கிறேன். அவரது அணுகுமுறை, நடை, உடை, பாவனை என்று ஒவ்வொன்றாக அவர் ஒரு பெரிய ஆளுமை என்பதை எனக்குப் புரியவைக்கின்றன. வீட்டின் வரவேற்பறையில் தேர்ந்த ஒரு புகைப்படக் கலைஞர் யாரோ ஒருவர் எடுத்த சஞ்சய் சுப்பிரமண்யனின் ஆளுயரப் புகைப்படம் வேறு என்னைப் பார்த்து முறைத்தது (அது அப்போது புகழ்பெற்ற புகைப்படக்காரரான ராகவேந்திரா எடுத்தது என்று நினைக்கிறேன்).

அந்தச் சமயத்தில் சஞ்சய் சுப்பிரமணியன் பெரிய மீசை வைத்திருந்தார். அவர் முகத்தையே அப்போதுதான் நான் பார்க்கிறேன் என்பதால் அந்த மீசையை முறுக்கிவிட்டால் நன்றாக இருக்குமே என்று கேட்டுக்கொண்டேன். பொதுவாக மென்மையான தோற்றமே கொண்ட கர்னாடக இசைப்பாடகர்களை அப்படி எடுக்க எப்படித் தோன்றியது என்பது இன்றைக்கு வரைக்கும் எனக்குத் தெரியவில்லை. அது வித்தியாசமான

புகைப்படங்கள் அமைய வித்திடுகிறது. ஆனால் உண்மையில் அவரைப் பற்றி ஏற்கெனவே எனக்குத் தெரிந்திருந்தால் நான் அவ்விதமான முயற்சியில் கண்டிப்பாக இறங்கியிருக்கமாட்டேன். புகைப்படங்களும் வேறு விதமாக அமைந்திருக்கும்.

காலை ஏழு மணிக்கே நான் சென்றுவிட்டேன் என்பதனால் காலை வெயிலை உபயோகித்து நான் எடுக்க ஆரம்பிக்கிறேன். அவரும் நான் சொன்னது போலவே செய்து ஒத்துழைப்பளித்தார். நான் புகைப்படம் எடுப்பதற்காக அவர் உண்மையிலேயே கீர்த்தனைகளைப் பாடினார். அதுவும் எனக்கு ஆச்சர்யத்தையே அளித்தது.

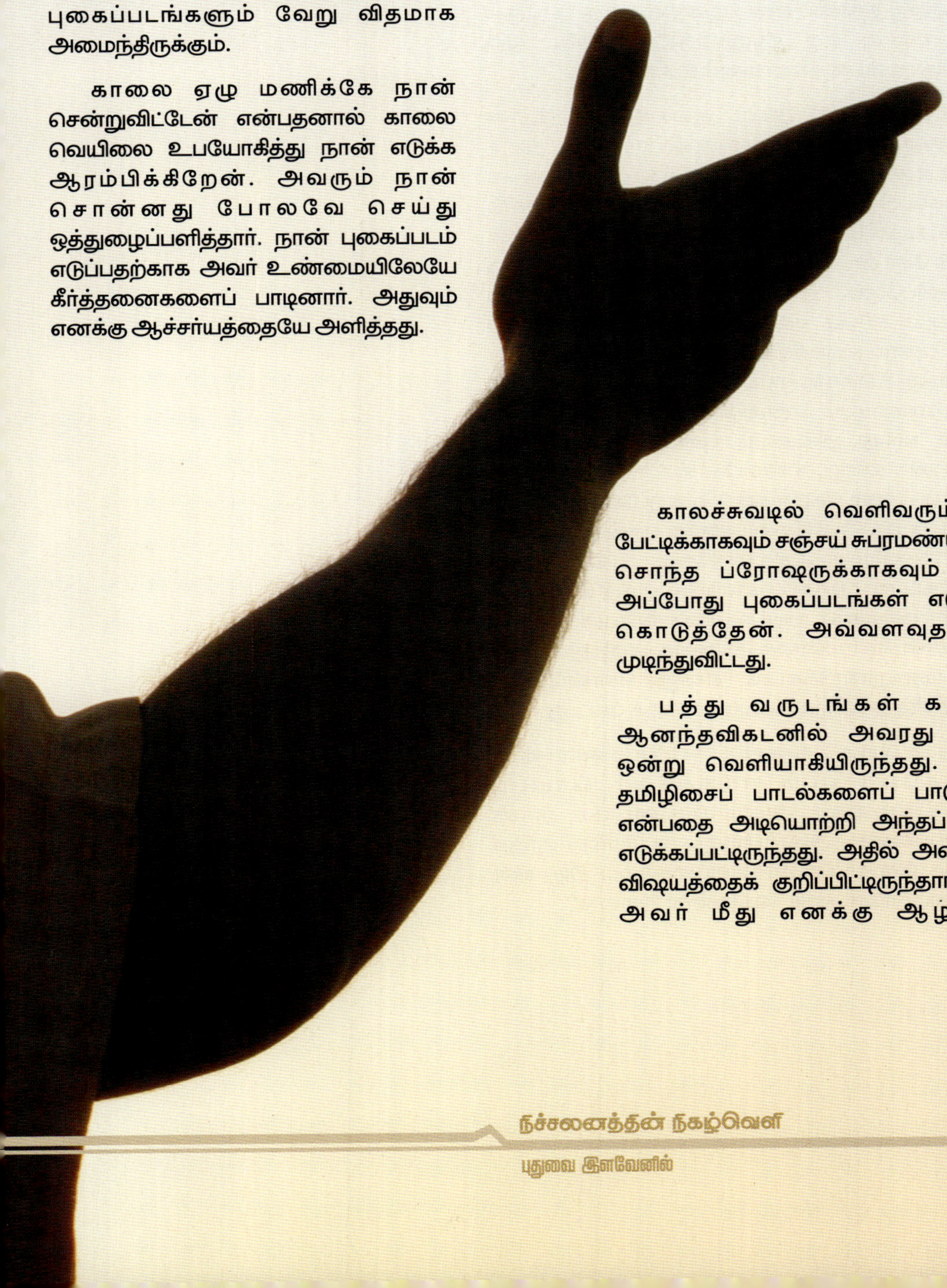

காலச்சுவடில் வெளிவரும் ஒரு பேட்டிக்காகவும் சஞ்சய் சுப்ரமண்யனின் சொந்த ப்ரோஷருக்காகவும் நான் அப்போது புகைப்படங்கள் எடுத்துக் கொடுத்தேன். அவ்வளவுதான்... முடிந்துவிட்டது.

பத்து வருடங்கள் கழித்து ஆனந்தவிகடனில் அவரது பேட்டி ஒன்று வெளியாகியிருந்தது. அவர் தமிழிசைப் பாடல்களைப் பாடுகிறார் என்பதை அடியொற்றி அந்தப் பேட்டி எடுக்கப்பட்டிருந்தது. அதில் அவர் ஒரு விஷயத்தைக் குறிப்பிட்டிருந்தார். அது அவர் மீது எனக்கு ஆழ்மான

நன்மதிப்பை ஏற்படுத்தியது. அவர் தன்னுடைய மகனை அரசுப் பள்ளிக்கூடத்தில் தமிழ் மீடியத்தில் படிக்க வைப்பதாக அதில் தெரிவித்திருந்தார். அவர் எவ்வளவு வசதியானவர் எவ்வளவு புகழ் வாய்ந்தவர் என்பதையெல்லாம் ஏற்கெனவே நான் அறிந்திருந்ததால் என் மனதில் ஒரு பெரும் குற்றவுணர்வு எழ ஆரம்பித்தது. அவர் ஒரு மாமனிதர் என்பதை என் மனம் உணர்ந்தது.

உடனே நான் அவர் இல்லத்துக்கு போன் செய்தேன். அவரது துணைவியார்தான் அந்த ஃபோனை எடுத்தார். என்னை அறிமுகப்படுத்திக்கொண்டேன். அவர் அடையாளம் கண்டுகொண்டு, 'சொல்லுங்கள்' என்றார். நான் சொன்னேன், 'நான் ஒரு பெரிய தவறு செய்துவிட்டேன், இவ்வளவு பெரிய மனிதரைப் புகைப்படம் எடுக்க என் அறிமையால் ஐந்தாயிரம் ரூபாய் பணம் வாங்கிவிட்டேன். அதற்காக என்னை மன்னித்துக்கொள்ளுங்கள், இனி எப்போது வேண்டுமானாலும் என்னை அழையுங்கள் நான் உடனே வந்து அவரைப் புகைப்படம் எடுத்துத் தருகிறேன்' என்று சொன்னேன். 'அவர் அதற்கு எவ்வளவு பணம் கேட்பீர்கள்?' என்று கேட்டார். நான் பதறிவிட்டேன். 'இனிமேல் பணமே வாங்கமாட்டேன்' என்று அவசரமாக பதிலளித்தேன். 'ஏன்?' என்று அவர் கேட்டார். 'அரசுப் பள்ளியில் தமிழ் மீடியத்தில் உங்கள் மகனைப் படிக்க வைக்கிறீர்கள் என்கிற செய்திதான் என் மனதை ஆழமாக பாதித்துவிட்டது. அதற்கான நன்றிக்கடன்' என்று சொன்னேன். மறுபுறத்தில் அவர் நகைப்பது எனக்குக் கேட்டது.

அதன்பிறகு சஞ்சய் சுப்பிரமணியனை சந்திக்கவோ படம் எடுக்கவோ வாய்ப்பு கிடைக்கவில்லை. அவர் பாட்டையும் நான் கேட்டதேயில்லை. அவர் பாட்டை மட்டுமல்ல எந்தக் கர்னாடக இசைப் பாடகர் பாடியதையும்... அது என் போதாமைதானே தவிர வேறென்ன சொல்ல?

19
டி.எம்.கிருஷ்ணா

டி.எம்.கிருஷ்ணாவின் பெயரை நான் முதன் முதலில் பார்த்தது 'Voices Within Carnatic Music: Passing on an Inheritance' என்னும் காஃபி டேபிள் புத்தகத்தில்தான். சென்னை 'லேண்ட்மார்க்' புத்தகக்கடையில் அந்த புத்தகத்தைப் பார்த்தேன். அதில் இருந்த புகைப்படங்கள் என்னைக் கவர்ந்ததாலேயே நான் அதை வாங்கினேன். ஏழு கர்னாடக இசை மேதைகளைக் குறித்த புத்தகம் அது. அரியக்குடி ராமானுஜ ஐயங்கார், செம்மங்குடி ஸ்ரீநிவாச ஐயர், ஜி.என்.பாலசுப்பிரமணியம், எம்.எஸ்.சுப்புலெட்சுமி ஆகிய வாய்ப்பாட்டு மேதைகளையும் நாதஸ்வர வித்வான் டி.என்.ராஜரத்னம் பிள்ளை, மிருதங்க மேதை பாலக்காடு மணி ஐயர் மற்றும் டீ.ஆர்.மகாலிங்கம் ஆகியோரையும் பற்றிய அரிய புகைப்படங்கள் அடங்கிய நேர்த்தியான புத்தகம் அது. பாம்பே ஜெயஸ்ரீயும் டி.எம்.கிருஷ்ணாவும் அதைத் தொகுத்திருந்தார்கள்.

அப்போது பாம்பே ஜெயஸ்ரீயைத் தெரிந்திருந்த அளவுக்கு அவர் பெயரைப் பெரிதும் நான் அறிந்திருக்கவில்லை.

டி.கே.பட்டம்மாள் மற்றும் சஞ்சய் சுப்பிரமணியன் ஆகிய இரு இசை மேதைகளை நான் ஏற்கெனவே புகைப்படம் எடுத்திருக்கிறேன் என்றாலும் கர்னாடக இசை குறித்த அரிச்சுவடியும் தெரியாது. இதன்பிறகு டி.எம்.கிருஷ்ணாவைப் பற்றிய ஒரு செய்தியை பின்னால் கேள்விப்படுகிறேன். அவர் சேரியில் போய் கர்னாடக இசைக் கச்சேரி நடத்தினார் என்பதே அந்த செய்தி. இப்போது எனக்குள் அவரைப் பற்றிய ஆர்வம் எழ ஆரம்பிக்கிறது.

அவரைப் பற்றி ஆர்வமாகத் தெரிந்துகொள்ள ஆரம்பிக்கிறேன். அவர் பெரும் பாரம்பர்யம் மிக்க டீடீகே குடும்பத்தைச் சார்ந்தவர். குலத்தில் பிராமணர். ஆனால் ஒரு

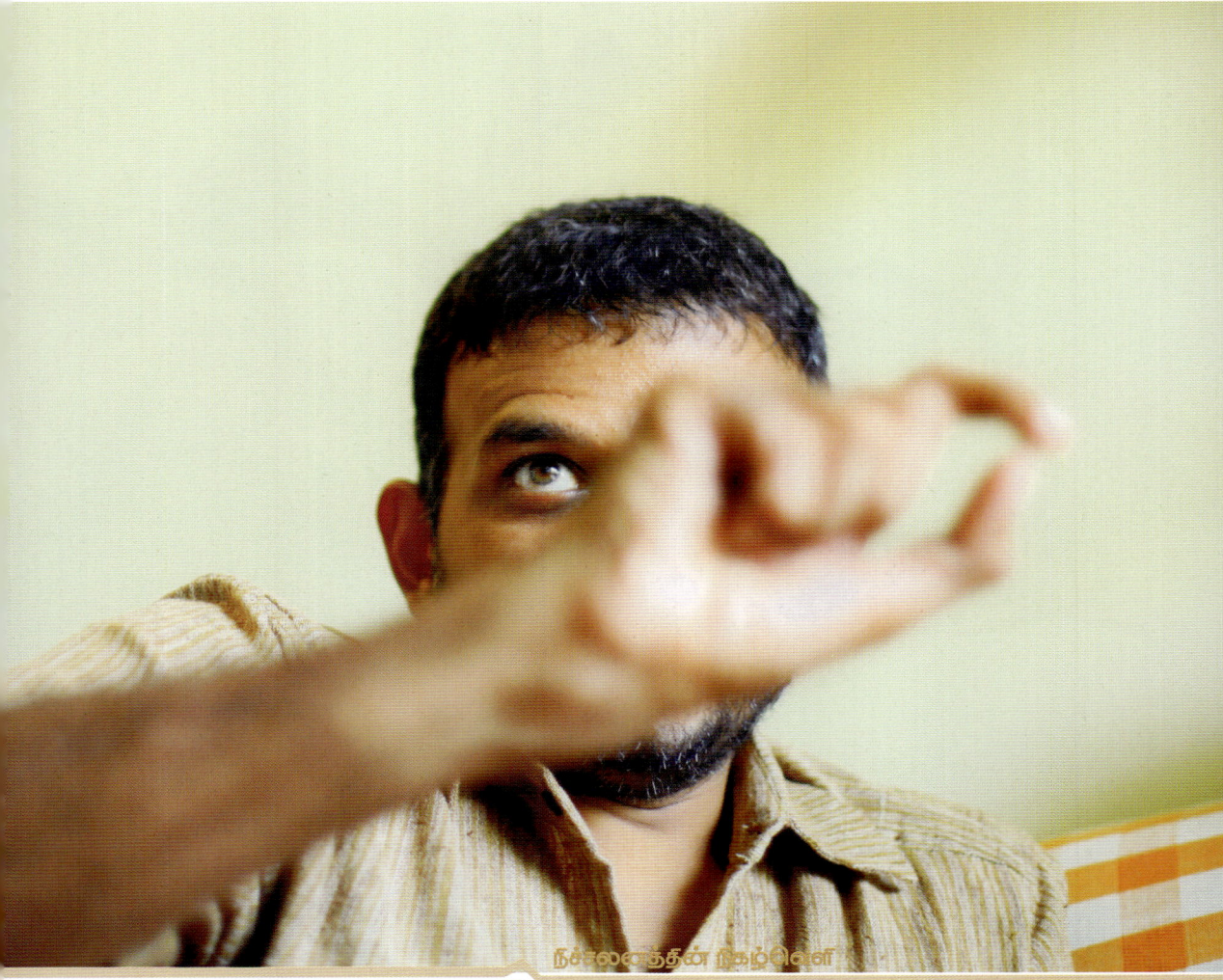

இன்டெர்வியூவில் சொல்கிறார், 'கர்நாடக இசைக்கு பூணூல் கிடையாது' என்று. இசை, பயணம், புத்தகம் என்று பன்முகம் கொண்டவர் அவர். என்னைப் போன்ற மனம் கொண்டவராக இருக்கிறாரே என்று எனக்குள் தோன்றுகிறது. என்னையே அவரில் பார்ப்பதுபோலத் தோன்றுகிறது. இந்தியாவின் முன்னாள் நிதி மந்திரியின் பேரனாக இருந்தும் அவரது சமூகப்பார்வை என்னைப் போன்ற சாமானியனுடன் ஒத்துப்போவதை ஆச்சர்யத்துடன் கவனிக்கிறேன்.

இதன்பிறகு 2015ஆம் ஆண்டு 'அந்திமழை' ஆசிரியர் அசோகன் என்னை அழைத்து, 'டி.எம்.கிருஷ்ணாவைப் பேட்டி எடுக்கப்போகிறேன் புகைப்படம் எடுத்துத் தர முடியுமா?' என்று கேட்கிறார். நான் உற்சாகமடைகிறேன். அதன்படி அவர் குறிப்பிட்டிருந்த தேதியில் அவர் வீட்டுக்குப் போகிறோம். பெரிய அப்பார்ட்மென்ட். மிகுந்த பணக்கார வீடு. ஆனால் அங்கே நான் பார்த்த மனிதர் பணக்காரராக ஒரு விநாடியும் நடந்துகொள்ளவில்லை.

அவரே வந்து வாசலைத் திறந்தார். 'ஒரு டீ சாப்பிட்டுக்கொண்டே பேசலாமா?' என்று சகஜமாகப் பழக ஆரம்பித்தார். இதற்கு முன் நான் சந்தித்திருந்த கலைஞர்களிடம் இல்லாத எளிமை அவரிடம் இருந்தது. எங்களைப் பற்றி அவருக்குப் பெரிய அறிமுகம் ஏதும்

இருந்திருக்கவில்லை. அதை ஒரு பொருட்டாகவே அவர் எடுத்துக்கொள்ளவில்லை. என்னைப் பொறுத்தவரை அவர் ஒரு லெஜண்ட். ஆனால் அதற்கான அடையாளம் ஏதும் இல்லாமல் மிக இயல்பாக நடந்துகொண்டார்.

அவை ஒரு பேட்டிக்கான புகைப்படங்கள்தான் என்பதால் ஒரே அறைக்குள் ஒரே உடையில்தான் அவரை என்னால் புகைப்படம் எடுக்க முடிந்தது. ஓர் இசைக்கலைஞருக்கான பிரத்யேக கவனம் செலுத்தி எடுக்கப்பட்ட படங்களாக இவை இராது. இருந்தாலும் எனக்குத் திருப்தியான புகைப்படங்கள் இவை.

பல இசைக்கருவிகளை வாசிக்கக்கூடிய கலைஞர் அவர். அதே நேரத்தில் ஒரு கலகக்காரரும்கூட. இசைக்கலைஞர் என்பதைவிட இசைக் கலகக்காரர் என்றுதான் அவரைச் சொல்லலாம். பரந்த வாசிப்பு அவரிடம் இருக்கிறது. இன்றைய புதுக்கவிதையைக்

குறித்துக்கூட அவரிடம் பேசலாம். சமீபகாலமாக இசையை அடிப்படையாகக் கொண்ட ஆவணப்படங்களைத் தயாரித்துக்கொண்டிருக்கிறார். அவை யூடியூபில் பார்க்கக் கிடைக்கும்.

அன்றைய பேட்டியில் 'இசையில் உங்களுக்கு யாரை மிகவும் பிடிக்கும்?' என்று கேட்கப்பட்டபோது ஏதாவது ஒரு கர்னாடக இசை மேதையின் பெயரைத்தான் சொல்வார் என்றுதான் நான் எதிர்பார்த்தேன். அவர் சொன்ன பெயர் என்னை ஆச்சர்யப்பட வைத்தது. அவர் சொன்னார், 'எனக்கு இளையராஜாவைத்தான் ரொம்பப் பிடிக்கும் நான் அவரது பெரிய ரசிகன்' என்று. அதுதான் டி.எம்.கிருஷ்ணா.

நீச்சலனத்தின் நிகழ்வெளி
புதுவை இளவேனில்

ஓவியர் வரிசை

ஓவியம்

20. ஆதிமூலம்

எனது ஆதர்சமான கி.ரா.வை எனக்கு அறிமுகப்படுத்தியதே ஓவியர் ஆதிமூலத்தின் கோடுகள்தான். விகடனில் வெளிவந்த கி.ரா.வின் கோபல்ல கிராமம் நாவலுக்கு அவர் வரைந்த ஓவியங்கள் என்னையும் ஓர் ஓவியனாக்கிவிடும் என்பதாகக்கூட ஒருசமயத்தில் நான் நம்பினேன். அதற்குமுன்பே பத்திரிகைகளில் வெளிவந்த ஓவியங்களைப் பார்த்த மாத்திரத்தில் ஓவியரின் பெயரைச் சொல்லிவிடக்கூடிய அளவுக்கு எனக்கு பரிச்சயம் இருந்தது என்றபோதும் ஆதிமூலத்தின் கோடுகள்தான் எனது ஓவியம் குறித்த பார்வையைப் புரட்டிப்போட்டன.

எழுத்தாளர் சுந்தரராமசாமி புகைப்படக் கண்காட்சியின்போது, இலக்கிய ஆளுமைகள் பலரும்

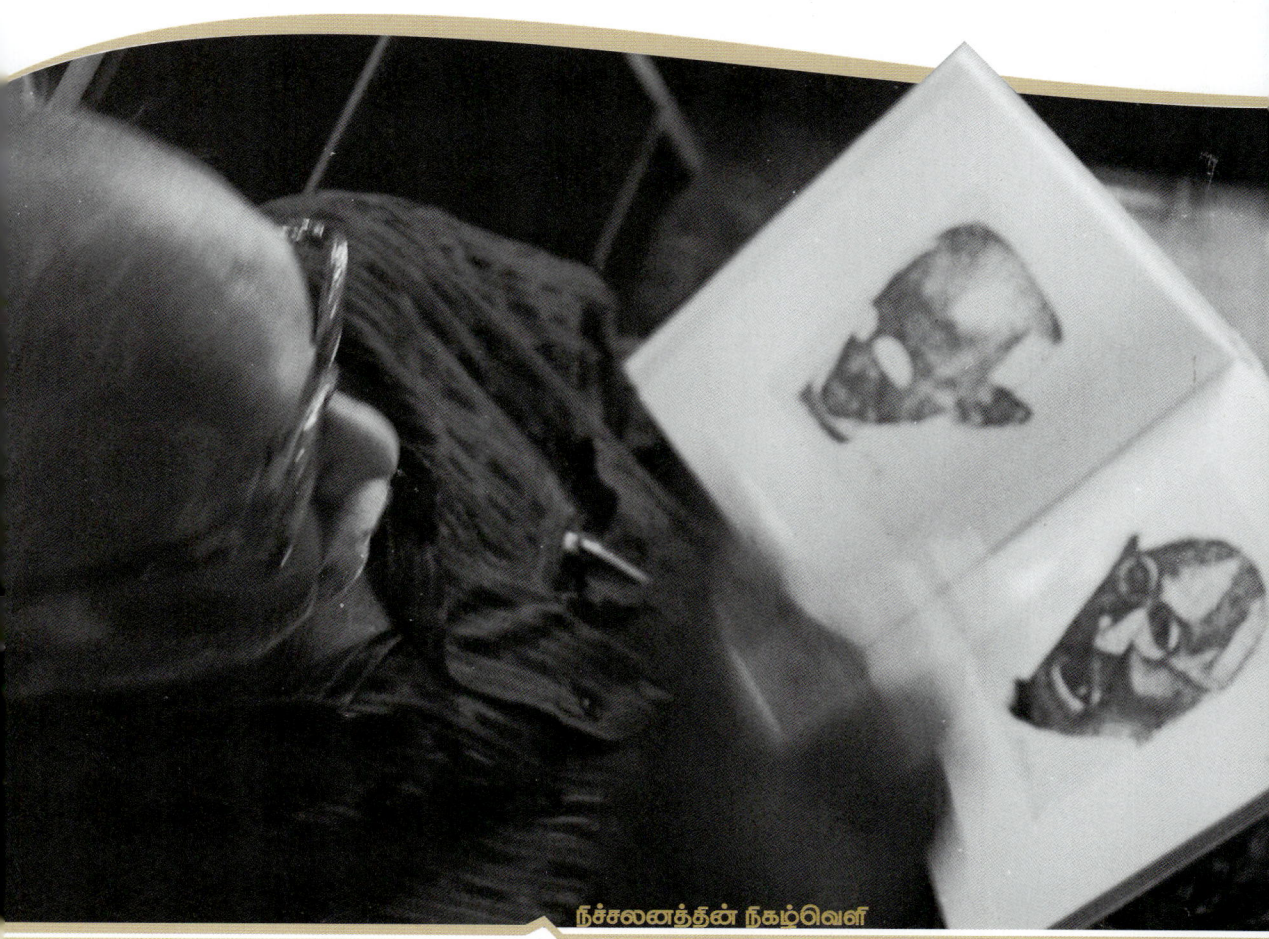

நிச்சலனத்தின் நிகழ்வெளி
புதுவை இளவேனில்

வந்திருந்தபோதும் எனக்கு மிகுந்த அதிர்ச்சியையும் வியப்பையும் உவகையையும் அளித்தது ஆதிமூலத்தின் வருகைதான். அவர் வழக்கமான ஓவியர்களின் எந்தத் தோரணையும் இல்லாமல் வெகு எளிமையாக டிரைவர் வைத்துக்கொண்டு ஒரு டொயோட்டா க்வாலிஸ் காரில் வந்து இறங்கினார். இதனால் எனக்குள் எழுந்த கலாச்சார அதிர்வை இப்போதும் நான் உணர்கிறேன். இன்றைக்கு நான் சொந்தமாகக் கார் வைத்திருகிறேன் என்றால் அதற்கும்கூட அந்தச் சம்பவம் ஒரு காரணமாக இருக்கலாம்.

புதுவையில் என் ஸ்டுடியோ தொடங்கப்பட்ட பிறகு சென்னைக்குப் பணி நிமித்தமாகவும் பொருட்கள் வாங்கவும் என் இருசக்கர வாகனத்தில் செல்வது

நிச்சலனத்தின் நிகழ்வெளி
புதுவை இளவேனில்

வழக்கமாக இருந்தது. அந்தப் பயணங்களின் ஒரு பொழுதில் சக நண்பரொருவர் வாயிலாக, நான் செல்லும் வழியில்தான் சோழமண்டலம் ஓவியர் குடியிருப்பில் ஆதிமூலத்தின் வீடு இருப்பது தெரியவந்தது. தெரிந்த பின்னால் கதவைத் தட்டாமல் இருக்க முடியுமா?

சு.ரா.வின் புகைப்படங்களை நினைவூட்டியதுதான் தாமதம், வாங்க தம்பி என்று உரிமையோடு அழைத்துச்

சென்று பேச ஆரம்பித்துவிட்டார் அவர். அந்த மிக அணுக்கமான சூழலை வேண்டி அடிக்கடி என் பயணங்களின் மத்தியில் அவரைச் சந்திக்க ஆரம்பித்திருந்தேன்.

கி.ரா. எப்போதும் ஒருசில பெயர்களை உச்சரித்தவண்ணமே இருப்பார். அவர்களில் ஒருவர் ஆதிமூலம். கி.ரா. சொல்வார் ஆதிமூலத்தின் கோட்டோவியங்களில் உள்ள உயிர் வேறெந்த ஓவியரின் ஓவியத்திலும் இல்லை என்பதாக. இதுவும் என் மனத்தில் பெரும் பாதிப்பை ஏற்படுத்தியிருந்தது. கி.ரா.வின் எழுத்தும் ஆதிமூலத்தின் ஓவியங்களும் ஒருங்கிணைந்த ஒரு காஃபி டேபிள் புத்தகம் குறித்த கனவு இதன்பிறகுதான் எனக்குள் எழுந்தது. ஆனால் ஆதிமூலம் அது சாத்தியமில்லை என்று சொன்னார். தன்னுடைய ஓவியங்களின் பிரதியை காப்பதில்லை என்று அவர் சொன்னார். அவை வெளிவந்த பத்திரிகையில் முயன்றும் தோல்வியே கிடைத்த நிலையில், கி.ரா.வின் கிடங்கிலிருந்து அவை வெளியான வார இதழ்களிலிருந்தே அந்த ஓவியங்களை ஸ்கேன் செய்து அந்த நூலுக்கான ஒரு முன்னோட்ட வடிவத்தைத் தயாரித்தேன். அது ஆதிமூலத்துக்குப் பிடித்திருந்தபோதுதான் மூச்சே வந்தது.

அது உயிர்க்கோடுகள் என்கிற பெயரில் தரமான தயாரிப்பாக வெளிவந்தபோது ஆதிமூலம் சொன்னார், 'தம்பி, இந்தப் புத்தகம் வெளிவரும் என்பது எனக்குத் தெரியும். ஆனால் இவ்வளவு சிறப்பாக வெளிவரும் என்று நான் நினைக்கவில்லை' என்பதாக.

நிச்சலனத்தின் நிகழ்வெளி

இன்றைக்கும் அவரது கோட்டோவியங்களின் ஆவணமாக அந்தப் புத்தகமே இருக்கிறது என்பது குறிப்பிடத்தக்கது.

இன்னொரு விஷயத்தையும் இங்கே கட்டாயம் குறிப்பிட வேண்டும், அந்த புத்தகத்துக்கான செலவை இரண்டு மடங்காகப் பதிப்பாளருக்குத் தன் சொந்தப் பணத்திலிருந்து தாமாகவே எடுத்துக் கொடுத்து என்னை ஆச்சர்யத்தில் ஆழ்த்தினார் ஆதிமூலம்.

இப்படி நான் ஒவ்வொருமுறை அவரைச் சந்திக்கும்போதும் அவர் எனது மதிப்பில் உயர்ந்துகொண்டே போனதை நான் ஆச்சர்யத்தோடு நினைவுகூர்கிறேன்.

இங்கே பதியப்பட்டிருக்கும் புகைப்படங்கள் அந்த புத்தகத் தயாரிப்புக் காலத்தில் திடீரென்று ஒருநாள் வெறும் ஒரு மணிநேரத்தில் எடுக்கப்பட்டவைதான்.

ஓர் ஆளுமையைப் புகைப்படம் எடுக்கும்போது புகைப்படக் கலைஞனின் பங்கு பெரிதாக எதுவுமில்லை. அந்த ஆளுமையே அதற்கான கதவுகளைத் திறந்துகொடுத்துவிடுகிறார் என்பதே எனது அனுபவம்.

ஆதிமூலம் இந்த புகைப்படங்களுக்குப் பிறகு பதிவு செய்யப்படவில்லை. அதற்கடுத்த வருடமே இயற்கை எய்தினார், இவையே அவரது கடைசிப் புகைப்படப் பதிவுகளாகிப்போயின.

நச்சனக்கின் நிகழ்வெளி
புதுவை இளவேனில்

21

ட்ராட்ஸ்கி
மருது

மலையாளத்தில் புகைப்படத்தை 'நிச்சலச்சித்ரம்' என்று சொல்வார்கள். அதாவது சலனமில்லாத படம். சலனப்படமான சினிமாவை நீங்கள் கடந்து போய்விடுவீர்கள். ஆனால் ஒரு நல்ல புகைப்படம் உங்களுக்குள் நகர்ந்துகொண்டேயிருக்கும். அதன் அதிர்வுகள் தொடர்ந்துகொண்டேயிருக்கும். அதைப்போலத்தான் ஓவியங்களும்... அதிலும் மருதுவின் கோட்டோவியங்கள் தனித்துவமானவை என்பதை நான் சொல்லி நீங்கள் தெரிந்துகொள்ள வேண்டியதில்லை. கொரோனா காலகட்டத்தில் இந்து தமிழ் திசையில் வெளிவந்த 'வீடு என்பது வெறும் இடம் மட்டுமல்ல' எனும் தனது பேட்டிக்காக மருது ஒரு படம் வரைந்திருந்தார். அந்த ஓவியத்தில் ஒரு நடுத்தரவர்க்கப் பெண் கொரோனா காலத்தில் வாகனங்கள் இல்லாத நிலையில், தன் இரண்டு மகன்களை தோளில் ஒருவனையும் இடுப்பில் ஒருவனையும் சுமந்துகொண்டு கையில் ஒரு பையையும் எடுத்துக்கொண்டு நடந்து செல்கிறாள். அந்த ஓவியம் என் கனவில்கூட நுழைந்து நடக்க ஆரம்பித்துவிட்டது.

மருதுவின் ஓவியங்களில் அழுத்தமான, அதே நேரத்தில் அலட்சியமான கருப்புக் கோட்டோவியங்களின் ஊடாக ஏதேனும் ஒரு வண்ணமோ, ஒருசில வண்ணங்களோ அனாயசமாகக் கையாளப்பட்டிருக்கும். அந்த வண்ணம் ஒரு குறியீடாக விளங்கும். பத்துப் பதினைந்து கோடுகளிலேயே மிகச் சிறந்த ஓவியத்தை அவரால் படைத்துவிட முடியும். அவரது ஓவியங்களின் சிறப்பே அவை வெறும் ஓவியங்களாக மட்டுமில்லாமல் அவரது அரசியல்: சமூகப் பார்வையாகவும் அமைந்திருக்கும் என்பதுதான். ஒரு சிறுகதைக்கோ கவிதைக்கோ வரைந்தாலும்கூட அந்தக் களத்தின் தேவையையும் மீறி தன் கருத்தாக்கங்களை மறைபொருளாக வெளிப்படுத்தக்கூடிய வல்லமை பொருந்தியவை அவரது ஓவியங்கள். ஒடுக்கப்பட்ட மனிதர்களின் மீதான வன்முறையைத் தன் கோடுகளால் சாடுவதில் அவருக்கு நிகர் அவர்தான். சமூகத்திற்கு எதிரான தன் நிலைப்பாட்டைத் தன் கோடுகளின் வாயிலாக வெளிப்படுத்தியவாறே இருப்பார். நாம் படம்தானே வரைகிறோம். நமக்கெதற்கு இந்த வேலை என்று அவரால் மற்றவர்களைப்போல சும்மா இருக்க முடியாது. அது அவரது இயல்பிலேயே உள்ளது. அது அவரது அடையாளமாகவும் ஆகிவிட்டது. இம்மாதிரி ஓவியர்கள் மிக மிக அபூர்வமானவர்கள். அதனாலேயே தனித்துவமானவர்கள்.

ஓவியத்தில் மட்டுமல்ல. சினிமாவில் ஒரு கலை இயக்குநராகவும்கூட அவரது பங்களிப்பு தனித்துவமானதுதான். நாசரின் 'தேவதை' படத்திற்கு மருதுதான் கலை இயக்குநர். அந்தப் படத்தின் அரசகாலக் காட்சிகளைப் பார்த்தால் உங்களுக்கே அது புரியும். வித்தியாசமான கலையமைப்பு மட்டுமல்ல, மிகுந்த கவனத்தோடு காலத்தைப் பதிவு செய்யவும் அந்தப் படத்தில் அவர் முனைந்திருப்பார்.

பொதுவாக சரித்திரப் படம் என்று வந்தாலே அரசர் அரியணையில் வீற்றிருப்பார். மந்திரி பிரதானிகள் இரண்டு பக்கமும் ஆசனங்களில் அதாவது நாற்காலிகளில் அமர்ந்திருப்பார்கள். இது ஒரு சரித்திரப் பிழை என்பதை அறியாத நாமும் பார்த்துவிட்டு கைதட்டிவிட்டுப் போய்விடுவோம். ஆனால் அந்தக் காலங்கில் நாற்காலியே கிடையாது. அது பிரிட்டிஷ் காலத்தில் நமக்கு அறிமுகமானது. இதைக்கூட நுணுக்கமாகப் பார்த்து அரசரும் மற்றவர்களும் பீடங்களிலும் திண்ணைகளிலும் பெரும்பாலும் காலை மடக்கி அமர்ந்திருப்பதுபோல அமைத்திருப்பார்.

இப்படி மற்றவர்களிடமிருந்து முற்றிலும் மாறுபட்டுத் தெரிகிறார் அல்லவா, அதனாலேயே அவரை சந்திக்க வேண்டும், புகைப்படம் எடுக்கவேண்டும் என்று நீண்ட நாளாக ஓர் எண்ணம் மனதில் இருந்துகொண்டேயிருந்தது. ஓவியர் ஆதிமூலத்தை எடுத்தபோதே அடுத்தது மருதுதான் என்றுதான் மனம் சொன்னது. ஆனால் எதனாலோ தள்ளிப்போய்க்கொண்டிருந்தது. பின்னர் 2016இல் காலச்சுவடிலிருந்து அரவிந்தன் அழைத்து,

'நாளைக்கு புகைப்படம் எடுக்க மருது தேதி கொடுத்திருக்கிறார். வர முடியுமா?' என்று கேட்டார். நான் பாண்டிச்சேரியில் இருக்கிறேன். 'நாளைக்கேவா?' என்கிறேன். 'ஆமாம் நாளைக்கேதான். அவரது இன்டர்வியூ ஒன்று வெளிவருகிறது. அதற்காகத்தான் எடுக்கவேண்டும்.' இந்தமுறை நான் வாய்ப்பைத் தவறவிட விரும்பவில்லை. என்னிடம் அப்போது ஒரு ஸ்பிளெண்டர் பைக் இருந்தது. அதையே எடுத்துக்கொண்டு கிளம்பிவிட்டேன்.

சென்னை நந்தனத்தில் மரங்கள் சூழ அமைந்துள்ள அருமையான அப்பார்ட்மென்டில் அவரது மிக அழகான ஃப்ளாட்டில் அவரைப் புகைப்படங்கள் எடுத்தேன். சென்னையில்தான் இருக்கிறோமா என்று வியந்துபோகிற அளவுக்கு இயற்கைச் சூழல் அமைந்த இடம் அது. அந்த வளாகத்தில் ஒரு மானைக்கூடப் பார்த்தேன்.

மருதுவின் வீட்டில் பலதரப்பட்ட புத்தகங்களையும் பார்த்தேன். அவர் ஒரு தேர்ந்த வாசிப்பாளர் என்பதும் தேடித்தேடி புத்தகங்களை வாசிப்பவர் என்பதும் எனக்கு ஏற்கெனவே தெரியும் என்பதால் அதில் ஆச்சர்யப்பட எதுவுமில்லை. அவரது ஓவியத்தில் காணப்படும் வித்தியாசம்கூட அவரது பரந்த வாசிப்பின் வாயிலாகத்தான் அவருக்குக் கைவந்திருக்கும் என்பதாகவே நான் நினைக்கிறேன். இதில் இன்னொரு மிக முக்கியமான அம்சம் என்னவென்றால், அவரோடு பழகும்போது, தான் ஒரு இன்டலெக்சுவல் என்பதை வெளிப்படுத்திக் கொள்ளவே மாட்டார். உனக்குத் தெரியாத ஒரு விஷயத்தை நான் பேசுகிறேன். நீ கேள் என்கிற தொனி துளியும் அவரிடம் இருக்காது. ஓவியத்தைப் பற்றிப் பேசினாலும்கூட எதிரிலிருப்பவனுக்கு அது தெரிந்த விஷயம்தான் என்பதைப் போலத்தான் பேசிக்கொண்டிருப்பார். அது ஒரு சகஜமான சூழ்நிலையை சுலபத்தில் உருவாக்கிவிடும். எனக்குத்தான் தெரியும் என்று பேசுகிற மனிதரோடான உரையாடலிலிருந்து நாம் மனதளவில் விலகிச் சென்றுவிடுவோம். நீயும் நானும் ஒன்றுதான் என்கிற அணுகுமுறை நம்மை அவரோடு நெருங்கச் செய்யும். இந்த நற்பண்பை நான் அவரிடமிருந்துதான் கற்றுக்கொண்டேன். அந்தவிதத்தில் அவரும் எனக்கொரு ஆசான்தான் என்பதாகவே உணர்கிறேன்.

இதன்பிறகு ஓவியர் மனோகரைப் பற்றிய ஒரு டாக்குமென்டரி செய்தேன். அடுத்ததாக யாரை எடுக்கலாம் என்று அந்திமழை ஆசிரியர் அசோகனிடம் கேட்டபோது, அவர் சொன்ன பெயரும் மருதுதான். ஆனால் அதுவும் இன்றுவரை எனக்குக் கைகூடி வரவில்லை. ஓவியர் என்றாலே வண்ணங்கள்தானே உங்களுக்கு நினைவு வரும். ஆனால் மருது பெரும்பாலும் வெள்ளை வண்ணங்களையே உடுத்துவார். அதுவும் அவரைத் தன் ஓவியங்களைப்போலவே தனித்துக் காட்டுகின்றன. தன் ஓவியங்களில் மட்டுமில்லாமல் தன் நடவடிக்கைகளிலும் தனித்துவமான மனிதர், நம்மை எளிதில் கவர்ந்துவிடுவது இயல்புதானே. ஓவியத்தையே எளிமையாக்கிய ஆளுமை அல்லவா...

நிச்சலனத்தின் நிகழ்வெளி
புதுவை இளவேனில்

கடைசியாக ஒன்றைச் சொல்ல வேண்டும். சென்னையில் நான் நிகழ்த்திய சுந்தரராமசாமி புகைப்படக் கண்காட்சிக்கு கிட்டத்தட்ட பத்து லெஜண்ட் ஓவியர்கள் வந்திருந்தார்கள். அவர்களில் மருதுவும் ஒருவர். இத்தனைக்கும் அவர் அதற்குமுன் என்னை அறிந்தவரும் அல்ல. அவர் வந்தது எனக்காக அல்ல நான் புகைப்படமெடுத்த ஆளுமைக்காக என்பது வேறு விஷயம். வந்தாரல்லவா. அதுதான் விஷயம்.